சனாதன தர்ம சிந்தனைகள்
(புருஷ ஸூக்தம் விளக்கவுரையுடன்)

மெலட்டூர் இரா நடராஜன்

Copyright © Melattur R Natarajan
All Rights Reserved.

This book has been published with all efforts taken to make the material error-free after the consent of the author. However, the author and the publisher do not assume and hereby disclaim any liability to any party for any loss, damage, or disruption caused by errors or omissions, whether such errors or omissions result from negligence, accident, or any other cause.

While every effort has been made to avoid any mistake or omission, this publication is being sold on the condition and understanding that neither the author nor the publishers or printers would be liable in any manner to any person by reason of any mistake or omission in this publication or for any action taken or omitted to be taken or advice rendered or accepted on the basis of this work. For any defect in printing or binding the publishers will be liable only to replace the defective copy by another copy of this work then available.

எனை ஈன்ற தாய்

அறிவின் குறியீடாய் என் தந்தை

வழிகாட்டியாய் என் குருஜீ கோபால வல்லி தாசர்

எனக்கு எல்லாமாய் ஓங்கி உலகளந்த உத்தமர்

பொருளடக்கம்

1. குரு வந்தனம் — 1
2. அறிவும் ஞானமும் — 8
3. திரித்துவம் — 13
4. சாங்கிய தத்வம் — 18
5. சரணாகதம் ஏன்? — 23
6. இதிகாசங்களில் இனியவைகள் — 30
7. கடவுள் இருக்கிறாரா? இல்லையா? உண்மையும் நம்பிக்கையும் — 60
8. அன்னையும் பிதாவும் - எங்கே கடவுள்? — 79
9. ஸ்ரீ புருஷ ஸூக்தம் — 95

1

குரு வந்தனம்

குரு ப்ரும்மா குரு விஷ்ணு குரு தேவோ மஹேஷ்வர:

குரு சாக்ஷாத் பரப் பிரும்மம் தஸ்மை ஸ்ரீ குரவே நம:

குருதான் பிரும்மா, குருதான் விஷ்ணு, குருதான் தேவனான மாஹா ஈஷ்வரர். எல்லாவற்றிக்கும் மேலாக, சாக்ஷாத் அவரே பரப் பிரும்மம். அவரை நான் வணங்குகிறேன்.

பிரும்மா படைப்பதைப் போல குரு நமக்குள் நல்ல குணங்களை உருவாக்குகிறார். நம்மை திருத்தி பணிகொள்கிறார். விஷ்ணு போல நம்மை என்றென்றும் பாதுகாக்கிறார். மஹேஷ்வரன் போல நமக்குள் உள்ள தீய எண்ணங்களை அழிக்கிறார். ஆக, குரு முக்குணங்களையும் செய்வதால் அவரே பரப் பிரும்மம்.

நம் ஸநாதன தர்மத்தில் எப்படி தெய்வைத்தை தவிர மற்றொன்று இல்லை என்று ஒரு கருத்து உள்ளதோ அதற்கு சற்றும் குறையாமல் குரு இல்லாமல் நம் ஆன்மிகப் பயணம் தொடங்குவதே இல்லை என்ற ஒரு கருத்தும் இருக்கிறது. அவர்தான் பரமாத்மாவுக்கும், ஜீவாத்மா-வுக்கும் ஒரு இணைப்பு பாலமாக செயல்படுகிறார். அந்த இணைப்பு இல்லாமல் பரப் பிரும்மத்தை அடைய சாத்திய கூறுகளே இல்லை. இது சத்யம் என்று வேத, வேதாந்தங்கள் கூறுகின்றன. குரு இல்லாமல் ஓடவும் முடியாது, ஒளியவும் முடியாது.

எனக்கு எதற்கு ஒரு குரு அவசியம்? நான் ஒரு ஜீவாத்மா. அவர் பரமாத்மா. எனக்கும் அவருக்கும் இடையே எந்த ஒரு ஏஜெண்டும் தேவையில்லை என்ற ஒரு கருத்து பெரும்பாலரிடம் நிலவி வருக்கிறது.

நாம் பகாவானோடு நேரடி தொடர்பில் இருக்கிறோம் என்பதில் நமக்கு பெருமை இருக்கிறது. அவ்வளவு எளிதான விஷயமா பரப் பிரும்மம்?

நாம் அனைவருமே பொருள் சார்ந்த வாழ்வியலை அடிப்படையாக கொண்டுவிட்ட காரணத்தால், ஆன்மிகமும் ஒரு ஒரு பொருள் சார்ந்த முறையாக தோற்றம் பெற்று (போலி குருமார்கள் பெருகிவிட்ட காரணத்-தால்), குரு ஒரு தேவையற்ற ஒரு லிங்க் என்ற எண்ணம் வந்துவிட்டது.

இந்த மயக்கத்துக்கு காரணம், நாம் குரு என்பவரை, நம்மைப் போலவே ஒரு ரத்தமும் சதையும் உள்ள மனிதாராக பார்க்க தொடங்-கியதால் வந்த விளைவு. தர்ம சாஸ்திரங்கள் படி குரு என்பவர் ஒரு தத்துவம். அவர் ஒன்றேயாக பரப் பிரும்மமாகவும் இருப்பார். பலவாக பிரிந்தும் இருப்பார். பிம்ருமா, விஷ்ணு, மஹேஷ்வரன் என்றா? இல்லை, அதற்கும் மேலே.

ஒரு சிறுவன், வேதங்கள் கற்க்கும் வயது வரும் வரை அவன் ஞான குருவாக அவன் தந்தையே இருக்கிறார். உபநயனம் என்று இன்னொரு (மூன்றாவது - ஞானக்) கண் திறக்கப்பட அவசியம் இருக்கிறது என்-பதை அறிந்த அவன் தந்தையும் தாயும், ஒரு ஆச்சார்யன் முன்னிலை-யில், அவன் காதில் காயத்ரி மந்திரத்தை ஓதி அவன் ஞான தேடுதலை தொடங்கி வைக்கிறார்கள்.

நன்றாக கவனியுங்கள், ஒவ்வொரு நிலையிலும் குரு இருக்கிறார். உயநயனம் நடக்கும் வரை தந்தைதான் குரு. சிறுவன் தன் ஆன்மிகத் தேடுதலை தொடங்க விருப்பட்டு அதற்கான சடங்கை செய்யும் போது கூட, அக்னி சாட்சியாக, ஒரு ஆச்சார்யன் தேவைப்படுகிறார். ஒரு ரிலே ரேஸ் மாதிரி, அடுத்து அவன் குருகுல பள்ளியில் பயில ஒரு வேதாச்சார்யனிடம் ஒப்படைக்கப்படுகிறான். ஸாஸ்திர அனுஷ்டானங்-களை நன்கு கற்றுக் கொண்டவுடன், அவனின் பிரும்ம ஞான பயணம் தொடர்கிறது. அப்போதும் அவனுக்கு பரப் பிரும்மத்தை அடைய ஒரு குரு தேவைப்படுகிறார். கடைசியாக அவன் மோட்சத்தை அடைகிறான். இனி அவன் திரும்பி வருவதில்லை, அவன் திரும்பி வருவதே இல்லை என்று சொல்கின்றன உபநிஷத்துக்கள்.

இன்னொரு கோணத்தில் பார்ப்போம்.

உயிர் கொடுத்த, படைத்த, அம்மா முதல் குரு. அவள்தான் பிரும்மா என்று வைத்துக் கொள்வோம். அவனை பாதுகாத்த தந்தை, விஷ்ணு அடுத்த குரு. கடைசியாக அவனை தேவாதி தேவனான,

விராட புருஷனான, பரப் பிரும்மத்தை அடைவிப்பதற்கு (மோட்சத்தை பெறுவதற்கு) இன்னொரு குரு வருகிறார். இவர்கள் எல்லாருமே, ஒவ்வொரு விதத்தில், தனித் தன்மையோடு, ஒரு குருவாக இருந்தாலும், ஒட்டுமொத்தமாக பார்க்கும்போது, அவனைவரும் சாக்ஷாத் பரப்ரும்மத்தின் அம்சங்களே.

மாதா, பிதா, குரு, தெய்வம்.

மேலே குறிப்பிட்ட வரிசை ரொம்பவும் பாப்புலர். இப்போது கூர்ந்து கவனியுங்கள். ஒரு ஜீவன் அம்மாவின் தொப்புள் கொடி பிடித்து வளர்கிறது. அவள் அவனை ஈன்றவுடன், தந்தையின் கை விரல் பிடித்து ஞானம் விழைகிறது. அவர் தன் கை மற்றி அவனை ஒரு ஆச்சார்யனிடம் ஒப்படைக்கிறார். அந்த ஆச்சார்யனிடமிருந்து பயணப்பட்டு, ஞான குருவை அடைகிறான். அவர் அவனை பரப் பிரும்மத்திடம் சேர்க்கிறார்.

மற்றொரு கோணத்திலும் பார்க்கலாம்.

அப்பா உயிருக்கான விதை கொடுக்கிறார். அம்மா அதை கருவிலே தாங்கி, வளர்த்து, பிரசவித்து மரம் ஆக்குகிறாள். குரு நமக்கு ஞான நீர் வார்க்கிறார். இவ்மூவரின் பயனால் தெய்வம் நமக்கு பழமாக கிடைக்கிறது.

கொஞ்சம் கண் மூடி யோசியுங்கள். இவை அனைத்துமே தனித்தனியாக பார்க்கப்பட்டாலும், அவை அனைத்துமே பரப் பிரும்மத்தின் அம்சங்கள்.

எனவேதான் குரு சாக்ஷாத் பரப் பிரும்மம்.

காஞ்சி வரதராஜனான தேவப்பெருமாள் 6 தத்துவங்களை திருகச்சி நம்பிகள் மூலமாக உடையவர் ராமானுஜருக்கு தெரிவித்ததாக கேள்விப்பட்டிருக்கிறோம். அதில் 6வது தத்துவம்தான் குருவின் மஹோன்னதத்தை மிக தெளிவாக எடுத்து வைக்கிறது.

அந்த 6 தத்துவங்களை பார்த்து விடுவோம்.

1. நானே பரதத்துவம் (மாம் ஏகம் - என்னைத் தவிர வேறு ஒருவனில்லை)
2. வேதமே தர்ஷணம்
3. சரணாகதியே உபாயம்

4. அந்திம கால ஸ்ம்ருதி வேண்டாம் (அப்போதைக்கு இப்போதே சொல்லி வைத்தேன்)
5. இறப்புக்கு பின் மோட்சம்
6. குருவை ஆஸ்ரயிக்கணும்.

மிகப் பெரிய தத்துவங்களையெல்லாம் அடுக்கிக் கொண்டே வந்தவர், கடைசியாக இவை அனைத்திற்கும் திறவுகோலாக எங்கே முடித்திருக்கிறார் பாருங்கள்!!! அபார மஹிமா, குரு மஹிமா. அதிஅதி அபார மஹிமா குரு மஹிமா.

இராமாயணத்தில் சுந்தர காண்டம் ஏன் சிறப்பு மிகுந்ததாக இருக்கிறது? ஸ்ரீ ராமனை நாம் மிக எளிதாக அடைந்துவிட நல்ல ஒரு உபாயமாக இருப்பவர் ஸ்ரீ ஆஞ்சனேயர். சுந்தர காண்டம், கிஷ்கிந்தையில் ஸ்ரீ ராமனை ஆஞ்சனேயர் சந்திப்பதிலிருந்து தொடங்குகிறது. அந்த ராம பக்தர், நம்கெல்லாம் குருவானவர், இலங்கை சென்று, நம் தாயாரை சந்தித்து மோதிரம் கொடுத்து சூடாமணியை பெறுவதோடு சுந்தர காண்டம் முடிகிறது. குரு மஹாத்மியத்திற்கு இதைவிட வேறு என்ன சிறப்பு இருக்க முடியும்?

இன்னும் ஒரு த்ருஷ்டாந்தம் இருக்கிறது.

பண்டரீபுரத்தில் நாமதேவர் தன் சகாக்களுடன் இருக்கிறார். அப்போது யார் தலை நல்ல முற்றின தேங்காய் மாதிரி இருக்கிறது என்பதை கண்டுபிடிக்கும் பேச்சு வருகிறது. அச்சபையில் மண்பாண்டம் செய்யும் கோராகும்பர் என்பவர் இருக்கிறார். குயவர்கள், ஒரு பானை நல்ல தரமாக இருக்கிறதா என்று பார்க்க, அவர்கள் வைத்திருக்கும் மரக்கட்டையால் லேசாக அடித்துப் பார்ப்பார்கள். அப்போது வரும் ஒலியை வைத்து அது நல்லதா? இல்லையா? என்று சொல்வார்கள். ஞானேஷ்வர், கோராகும்பரிடம், "நீர் எல்லார் தலையையும் மரக்கட்டையால் தட்டிப்பார்த்து சரி பார்த்து சொல்லும்", என்றார். கோராகும்பரும், ஒவ்வொருத்தர் தலையாக தட்டிக் கொண்டே வந்தவர், நாமதேவர் தலையை தட்டியதும், உதட்டை பிதுக்கி, "இது தேறாது" என்று சொல்லிவிட்டார்.

நாமதேவருக்கு நம்பவே முடியவில்லை. நேராக பாண்டுரங்கனிடமே பஞ்சாயத்துக்கு போனார். பாண்டுரங்கனும், "கோரகும்பர் சொன்னது சரிதான், உமக்கு தலை பக்குவப்பட வேண்டுமானால், நீவீர் ஒரு

குருவை ஆஸ்ரயிக்கனும்'', என்றார். நாமதேவருக்கே அப்போதுதான் குருவின் முக்கியத்துவம் புரிந்தது. அதன் பிறகு அவர் தன் குருவை எப்படி சந்தித்தார்? எப்படி சிஷ்யரானார்? என்பது நீண்ட நெடிய கதை. நாம் குரு மாஹாத்மியத்தோடு நிறுத்திக் கொள்வோம்.

திருமங்கையாழ்வாருக்கும் குரு கிடைப்பதில் சிக்கல் வந்தது. அவர் வழிப்பறி தொழிலை விட்டுவிட்டு, தன்னை முழுவதுமாக பக்தி மார்க்கத்தில் ஈடுபடுத்திக் கொள்ள விழைந்த போது யாரும் அவருக்கு பஞ்ச சமஸ்காரம் செய்து வைக்க முன்வரவில்லை. பொறுத்துப் பொறுத்து பார்த்தார், கடைசியில் திரு நரையூர் சென்று (நாச்சியார் கோவில்) பெருமாளையே குருவாக பெற்று பஞ்ச சமஸ்காரம் செய்து கொண்டார் என்று வைஷ்ணவர் நூல்கள் தெரிவிக்கின்றன. அந்த மாதிரி வாய்ப்பெல்லாம் அவருக்கு மட்டும்தான் கிடைக்கும்.

ஒரு சாதாரண மிதி வண்டிக்கே ஒரு பயிற்றுனர் தேவைப்படும் போது, அகிலாண்ட கோடி பிருமாண்ட நாயகனை அடைவதற்கு ஒரு வல்லுனர் வேண்டாமா? அவர்தான் குரு.

நீங்கள் குருவைத் தேடி போக வேண்டாம். எனக்கு ஒரு குரு வேண்டும் என்று நினையுங்கள். அதையே தினமும் ஸ்மரித்து வாருங்கள். குரு உங்களை தேடி வருவார்.

நீங்கள் எதற்குமே சரி பட்டு வராமல் இந்தால், உங்களை எப்படி திருத்தி பணி கொள்ள வேண்டும் என்பதை அவர் அறிவார். நீங்கள் அவரிடம் சரணாகதி அடைந்துவிட்டால் போதும். உங்களுக்கு எது நல்ல வழி என்று அவரே உங்களுக்கு உணர்த்துவார். எதிலிருந்து விலகியிருக்க வேண்டும் என்ற கட்டளைகளும் வரும். கடைசியில் மோட்சமே கிடைக்கும்.

ராமானுஜ நூற்றந்தாதி எழுதிய திருவரங்கத்து அமுதனார், ஆரம்ப கால கட்டங்களில் உடையவர் ராமானுஜரை மிக மோசமாக எதிர்த்தவர். அப்போது அவருக்கு பெரிய கோயில் நம்பி என்று பெயர். அவரை ராமானுஜரே திருத்தி பணி கொண்டார். இன்றைக்கு, திவ்ய பிரபந்தங்களின் நாலாயிரத்தில் நூற்றந்தாதியும் சேர்ந்துள்ளது. Rags to Riches என்பதெல்லாம் குருவின் மூலமே சாத்தியம். பெருமாள் கூட கொஞ்சம் யோசிப்பார்.

வேத வேதாந்தங்களில், மர்கட (குரங்கு குட்டி) ஞாயம், மார்ஜால (பூனைக் குட்டி) ஞாயம் என்று இரண்டு தத்துவங்கள் இருக்கின்றன.

தாய் குரங்கு தன் அடிவயிற்றில் குட்டியை வைத்துக் கொண்டே அங்கும் இங்கும் மரத்துக்கு மரம் தாவும். தாயின் அடி வயிற்றை பற்றிக் கொள்வது குட்டியின் பொறுப்பு. தாய்க்கு இல்லை. ஆனால், பூனை குட்டிகள் அப்படி இல்லை. இங்கு தாய் பூனைக்குதான் எல்லா பொறுப்பும். குட்டிகள் மியாவ் மியாவ் என்று ஈன ஸ்வரத்தில் கத்திக் கொண்டு போகக் கூடாத இடங்களுக்கெல்லாம் போக முயற்சிக்கும். தாய் பூனைதான், தன் வாயில் ஒவ்வொரு குட்டியாக கவ்விக் கொண்டு அடிக்கடி இடத்தை மாற்றிக் கொண்டே இருக்கும்.

நீங்கள் சரணாகதி செய்து குரங்கு குட்டியாக குருவின் பாதங்களை பற்றிக் கொண்டுவிடுங்கள். அவர் உங்களை தாய் பூனை மாதிரி உங்களை பக்குவப்படுத்தி பகவானிடம் கொண்டு சேர்ப்பார்.

வைஷ்னவ சம்பிரதாயத்தில் குருவுக்கு மிக மிக முக்கியமான இடம் உண்டு. அவர்களின் குரு பரம்பரை மாஹாலஷ்மி தாயாரிடமிருந்து தொடங்கி உடையவர் ராமானுஜர் வரை வந்து, அதன் பிறகு இரு கிளைகளாக பிரிகிறது. காஞ்சீபுரத்தில் வாழ்ந்த நிகமாந்த மாஹா தேசிகரை குருவாக கொண்டவர்கள் வடகலையினர் என்றும், ஆழ்வார் திருநகரியை பிறப்பிடமாக கொண்ட மணவாள மாமுனிகளை குருவாக ஏற்றுக் கொண்டவர்கள் தென்கலையினர் என்றும் அழைக்கப் படுகிறார்கள். அவர்களிடையே இருக்கும் வாத பேதங்களை புறம் தள்ளிவிட்டு, அவர்கள் எப்படி குரு-சிஷ்ய சித்தாந்தத்தை போற்றுகிறார்கள் என்பதுதான் நம் நேர் சிந்தனையாக இருக்க வேண்டியது.

முதலில் அந்த குரு பரம்பரையின் பட்டியலை பார்ப்போம்.

1. மஹாலஷ்மி
2. விஷ்வக்சேனர்
3. நம்மாழ்வார்
4. நாத முனிகள்
5. உய்யக் கொண்டார்
6. மணக்கால் நம்பி
7. ஆளவந்தார்
8. பெரிய நம்பிகள்
9. உடையவர் ராமானுஜர்

இந்த பட்டியலை சற்று நீட்டியும், சுருக்கியும் சொல்பவர்கள் உண்டு. உடையவர் ராமானுஜருக்கு பெரிய நம்பிகள் பிரதான குருவாகவும், இன்னும் நான்கு பேர் (பெரிய திருமலை நம்பி, திருக்கோட்டியூர் நம்பி, திருமாலையாண்டான், திருவரங்கத்து பெருமாள் அரையர்) அவருக்கு குருவாக இருந்தார்கள் என்று வைஷ்ணவ நூல்கள் சொல்கின்றன.

பஞ்ச சமஸ்காரம் என்பது வைனவர்கள் தங்களை பெருமாளிடம் அதிதீவிரமாக ஈடுபடுத்திக் கொள்ள 5 விதமான நியமங்களை ஏற்றுக் கொள்ளும் முறை. இதில் ஆண், பெண், குலம் என எந்த வேற்று-மையும் இல்லை. பெருமாளிடம் சரணாகதி அடைய வேண்டும் என்ற எண்ணம் இருந்தால் போதும்.

1. தாப சமஸ்காரம் - சங்கு, சக்ரம் முத்திரைகளை இடது வலது தோள்களில் பதித்துக் கொள்ளுதல்.
2. புண்டர சமஸ்காரம் - தனது சரீரத்தில் 12 திருமண் இட்டுக் கொள்ளுதல்
3. நாம சமஸ்காரம் - தாசனான பிறகு புதிய பெயர் எடுத்துக் கொள்ளுதல்
4. மந்திர சமஸ்காரம் - த்வயம் மற்றும் அஷ்டாக்ஷர மந்திரம் குருவின் மூலமாக ஏற்றுக்கொள்ளுதல்
5. யாக சமஸ்காரம் - பகவானை எப்படி பூஜா முறைகளால் ஆராதித்தில்

குருதான் இந்த பஞ்ச சமஸ்காரத்தை செய்து வைக்கிறார்.

Track and field விளையாட்டில் உயர தாண்டுதல் என்று ஒன்றும் Pole Vault என்று ஒரு கோலை பயன்படுத்தி நினைத்துக் கூட பார்க்க முடியாத அதி உயரத்தை தாண்டும் விளையாட்டை பார்த்திருக்கிறோம்.

பக்தி மார்க்கத்தில் அந்த கோல்தான் குரு. அவர் உதவியோடுதான் நீங்கள் மிக உயரத்தில் உள்ள தடுப்பான பிறவிப் பெருங்கடலை தாண்டி மோட்சம் பெற முடியும். குரு இல்லாமல் பக்தி செய்வதெல்லாம் சாதாரண உயரத்தாண்டுதல்/நீளத்தாண்டுதலைப் போலத்தான்.

குருவே சரணம். குரு இல்லையென்றால் நமக்கு உய்வில்லை.

2

அறிவும் ஞானமும்

வேதங்களுக்கு தமிழில் மறை என்று அழகாகன பெயர் இருக்கிறது. வேத (ரிக், யஜுர், சாம, அதர்வன), வேதாந்தங்களில் (உபநிஷத்துகளில்), எதுவும் நேரடி பொருளாக இருக்காது. ஒரு குழந்தை எப்படி விழுந்து விழுந்து தானே நடக்கக் கற்றுக் கொள்கிறதோ, அதே மாதிரி ப்ரும்ம ஞானம் என்பது அவ்வளவு எளிதில் கிடைக்கக் கூடிய ஒரு பலனாக இருந்துவிடக் கூடாது என்பதை சநாதன தர்மம் தீர்மானமாக இருக்கிறது. எனவேதான் எல்லாம் மறைத்து வைக்கப்பட்டிருக்கின்றன.

அறிவு என்பது வேறு, ஞானம் என்பது வேறு. அறிவை புத்தகங்கள் வாயிலாக பெற்றுவிட முடியும். ஞானம் மட்டும் ஆச்சார்யனிடமிருந்து மட்டுமே பெற முடியும்.

ஒரு ஆச்சார்யனின் வேலை தன் சிஷ்யர்களுக்கு அறிவை புகட்டுவதல்ல. ஞானத்தின் பாதையை காட்டுவது மட்டுமே அவரது பணி. வைஷ்ணவ சம்பிரதாயத்தில் தேசிகன் என்ற சொல் பயன்படுத்தப்படுகிறது. திசை காட்டுபவன் தேசிகன். 'நீ இந்த பாதையில் போ. நான் என்ன உணர்ந்தேன் என்று என்னை நீ கேட்காதே. நான் என்னதான் விளக்கிச் சொன்னாலும், அது உனக்கு புரியப்போவதில்லை. அது என் வேலையும் இல்லை. அந்த ஒரு நாள் உனக்கு வரும். நீயே அவரை உணர்வாய்''. அதுதான் ஆத்ம தரிசனம். நம் சனாதன தர்மத்தின் ஆணி வேர்.

ஸ்ரீமத் பாகவதத்தில் பக்த பிரஹல்லாதரும் நவவித பக்தியை இப்படித்தான் வகைப்படுத்துகிறார்.

1. ஸ்ரவனம்
2. கீர்தனம்
3. (விஷ்ணூர்) ஸ்மரனம்
4. அர்சனம்
5. வந்தனம்
6. பாத சேவனம்
7. தாஸ்யம்
8. சக்யம்
9. ஆத்ம நிவேதனம்

முதலில் கேள், அதன் பின் பாடு. பிறகு, மனதுக்குள் ஸ்மரனம் செய் (வாயினால் பாடி, மனதினால் சிந்தித்து - ஆண்டாள்). இது முதல் அடுக்கு. அடுத்த அடுக்கில் அவரை ஒரு அர்சாவதார மூர்த்தியாக ஆக்கிக்கொண்டு அவரை அர்ச்சனை செய். இந்த பூவுலகில் உன்னை நல்லவிதமாக படைத்து, ரட்ச்சித்து வருவதற்கு வந்தனமும் பாத சேவனமும் செய். கடைசி அடுக்கில் அவருக்கு தாசி போல நெருக்கம் கொள். அடுத்து ஒரு நண்பனை போல சரிக்கு சமமாக உயரு. முடிவில் அவரோடு கலந்துவிடு. இது அவர் கண்ட ஞான வழி பயணம்.

நம் வேதங்கள் ஒரே கருத்தை/பாதையை நம் தலையில் திணிப்பதில்லை. ஒரே ஆறு பல கிளை நதிகளாக பிரிந்து பலருக்கும் பயன்படுவது மாதிரி, அகண்டு விரிந்து இருக்கிறது. வேதக் கருத்துக்களை ஒரு தத்துவார்த்த விசாரமாக செய்யப்படும் போது அது வேதாந்தம் ஆகிறது. உபநிஷத்துக்கள் வேதாந்தங்களை சொல்கின்றன. நூறுக் கணக்கான உபநிஷத்துகள் இருந்தாலும், 10 உபநிஷத்துகளே பிரதானமானவை.

1. ஈஷா வாக்கிய - சுக்ல யஜுர்
2. கேன - சாம
3. கடோப - கிருஷ்ண யஜுர்
4. ப்ரஷ்ன - அதர்வண
5. முண்டக - அதர்வண
6. மாண்டூக்ய - அதர்வண

7. ஐத்ரேய - அதர்வண
8. தைத்திரீய - ரிக்
9. ப்ருஹதார்ண்யக - சுக்ல யஜுர்
10. சாந்தோக்ய - சாம

வேதத்திற்கு உத்தர (கடைசி) பாகமாக உபநிஷத்துக்கள் உள்ளன. பிரஷ்ன உபநிஷத்தை எடுத்துக் கொண்டால் அது முழுக்கவே கேள்வியும் பதிலுமாக இருக்கின்றன. ஆறு ரிஷிகள் ஒன்று கூடி ஒரு ஆச்சார்யனிடம் கேள்வி மேல் கேள்விகளாக கேட்கிறார்கள். அந்த கேள்விகள் எல்லாம் மிக நுட்பமான கேள்விகள். இன்றைய கால கட்டத்திலும் ஒரு சாமான்யனுக்கு எழும் கேள்விகளாக இருக்கின்றன. ஒரு நாத்திகன் என்னென்ன கேள்விகள் கேட்க விரும்புகிறானோ, அப்படிப்பட்ட கேள்விகளெல்லாம் அப்போதே எழுப்பட்டிருக்கின்றன. பதில்களோ மிகத் தெளிவாக இருக்கின்றன. தர்க்க வாதத்தில் logical conclusion என்று சொல்வார்களே அது மாதிரி பதில்களில் ஒரு பிரமிப்பு புலப்படுகிறது.

குருகுல கல்வி முறையில், ஒவ்வொரு சாத்வீகனும், தன் முயற்சியினாலேயே, கற்க வேண்டியவைகளை கற்று, செய்ய வேண்டியவை செய்து, உணர வேண்டியவைகளை உணர்ந்து, தவிர்க்க வேண்டியவைகளை தவிர்த்து, அடைய வேண்டியவைகளை அடைகிறான். தற்போது உள்ள கல்வி முறை போல எல்லோருக்கும் பொதுவான, எல்லாவற்றையும் படம் வரைந்து, பாகங்களை குறிக்கும் படியான கல்வி முறை குருகுல சம்பிரதாயத்தில் இல்லை. அங்கு என்னென்ன சொல்லிக் கொடுக்க வேண்டும் என்று பொதுவாக இருக்குமே தவிர, அது ஒவ்வொரு சிஷ்யனுக்கும், ஒவ்வொரு சமயத்துக்கும் வேறுபடும். எல்லோருக்கும் பொதுவான குறிப்பிட்ட நேரம் காலம் கிடையாது. ஒரு தாய் கோழியின் பின்னால் குட்டி குஞ்சுகள் போக வேண்டுமே அதே மாதிரிதான், வேத பயிற்சியும்.

ஆச்சார்யன் குளிக்கப் போகும் போது ஆற்றங்கரையில் சொல்வார். தூங்கும் போது சொல்வார். நடக்கும் போது சொல்வார். அதுவும் ஒரு சிலருக்கு சொல்வார். சில வேளைகளில் சொல்லாமலும் இருப்பார். காரணம், ஒவ்வொருவரு சிஷ்யனும் தனித்தனி அம்சங்கள். எல்லோரையும் ஒரே அளவுகளில் அடக்கிவிட முடியாது. இன்றும் சில கல்வி

நிறுவனங்களில் குருகுல கல்வி முறையில் உள்ள சாதக அம்சங்களை ஆராய்ந்து, அதை நடைமுறை படுத்தி வருகிறார்கள்.

நம் சனாதன ஞானத் தேடல் முறைக்கும் மேலை நாட்டு கல்வி முறைக்கும் இங்குதான் அடிப்படை வித்தியாசம் வருகிறது. பிரும்ம ஞானம் தேடுதல் என்பது நம் வழி. அறிவை கொடுத்தல் அவர்கள் வழி. அறிவு என்பதை அவர்கள் ஒரு எல்லை கோட்டுக்குள் உட்படுத்தி வைத்திருக்கிறார்கள். நம் குருகுல முறை ஞான வழி பயணம் எல்லை-கள் அற்றது.

ஒரு தியரி தோற்று போனால் அதை அழித்துவிட்டு இன்னொன்று எழுதுவார்கள் அவர்கள். நாம் எப்போதுமே எதையும் அழிப்பதுமில்லை, சேர்ப்பதும் இல்லை. Your realization is yours. His realization is his. பல யுகங்களாக இந்த தர்மம் ஜீவிக்கிறது என்றால் அதற்கு அதன் அடிப்படையான பன்முகத்தன்மைதான்.

கையில் கொடுவாளுடன், கண்களில் அனல் தெறிக்க, முறுக்கிய மீசையுடன் காட்சி தரும் சுடலை மாடனும் நம் சனாதன தர்மத்தின் ஒரு அங்கம்தான். கருனையே வடிவான, வெண்ணை திருடி, கோபி-கைகளுடன் ராச லீலை செய்யும் கொழுக் மொழுக் கண்ணனும் அதே தர்மத்தின் இன்னொரு அங்கம்தான்.

பகவான் அப்படி இருக்கிறார் இப்படி இருக்கிறார் என்று வர்ணிக்கும் அதே தர்மத்தில்தான் அவருக்கு கண்ணும் இல்லை, காதும் இல்லை என்று திறந்த மனசுடன் தத்துவ விசாரங்கள் செய்ய முடிகிறது. அவர் ஒரு அனுவிற்குள்ளூம் வியாப்பித்திருப்பார். அதே நேரத்தில் வெளியி-லும் அதற்கு சற்றும் குறையாத வகையில் வியாப்பித்திருப்பார் என்று பிரும்ம தத்துவமும் சொல்ல முடிகிறது. ஒரு கோட்பாட்டை எதிர்த்து உள்ளுக்குள் இருந்து கொண்டே குரல் கொடுக்கவும் முடியும். ஒரு புதிய பாதையை வகுக்கவும் முடியும்.

மேலை நாட்டு மதங்களில் முரண்பட்டாலே, வெளியேறிவிட வேண்-டியதுதான். இங்கு ஹரியும் உண்டு. சிவனும் உண்டு. அவர்களுக்குள் தத்துவ விசாரங்களும் உண்டு. ஆனால் இவை இரண்டும் வேறு வேறு நினைப்பவன் வாயில்தான் மண்ணு.

ஆதி சங்கரர் காலத்துக்கு முன்னால், நம் பாரத பூமியில் பல நூற்-றுக்கணக்கான சம்பிரதாயங்கள் இருந்தன. சங்கரர்தான் அவற்றையெல்-லாம் சுருக்கி ஆறு விதமான மார்கங்களாக ஆக்கினார். ஷன் மதங்கள்

என்றும் சொல்வார்கள்.

1. சைவம் - சிவ வழிபாடு
2. வைனவம் - விஷ்ணு வழிபாடு
3. காணாபத்யம் - வினாயகர் வழிபாடு (மஹாராஷ்ட்ரா/குஜாராத்)
4. கௌமாரம் - முருக வழிபாடு (தமிழ்நாடு)
5. சாக்தம் - சக்தி வழிபாடு (வங்காளம், ஓரிசா)
6. சௌரம் - சூர்ய வழிபாடு

ஆயிரக்கணக்கான தலைகள், கண்கள், பாதங்கள் என்று நம் விரல்காளால் அறுதியிட்டு எண்ணாமுடியாத விராட ஸ்வருமாமக இருக்கிறார் புருஷர் என்கிறது புருஷ சூக்தம்.

பரந்து விரிந்த நம் சனாதன தர்மமும் அவரைப் போலத்தான், எல்லைகள் அற்றது. அளவிட முடியாதது.

3

திரித்துவம்

நாம் பரவலாக அறிந்திருக்கும் திரித்துவம் (மூன்று கோட்பாடுகள்), படைத்தல், காத்தல், அழித்தல் என்பது. அது ஒரு ஜீவாத்மாவின் பிறப்பிலிருந்து தொடங்கி இறப்பு வரை உள்ள சங்கிலி தொடரின் விளக்கம். பிரும்மா, விஷ்ணு, சிவன் ஆகியோர் முறையே மும்மூர்த்திகள் (மூன்று தெய்வங்கள்) என்பதையும் அறிவோம்.

ஆனால் உப்நிஷத விசாரங்களில் ஏகப்பட்ட திரித்துவங்கள் இருக்கின்றன. அவை என்ன என்பதை பார்ப்போம்.

மேற்ச்சொன்ன படைத்தல், காத்தல், அழித்தல் என்பதில் ஒரு வளைய சுற்று உள்ளது. இதை உபநிஷத்துக்கள் லயமாதல் என்று சொல்கின்றன. பிரளையம் என்கிறோமே, அதில் எல்லா உயிரினங்களும், உயிரற்ற பொருட்களும் (சேத்தன/அசேத்தன) பிரளைய ஜலத்தில் மொத்தமாக அழிந்துவிடும். அதாவது, முன்பு என்ன நிலையில் இருந்ததோ, அதே நிலைக்கு திரும்பி வருதல்தான் லயமாதல் என்று பெயர்.

அதற்கு உபநிஷத்துக்கள் அடிக்கடி பயண் படுத்தும் ஒரு உதாரணம், மண்பாண்டம்.

முதலில் மண் இருக்கிறது. அதை ஒரு குயவன் எடுத்து, ஒரு வண்டி சக்கரத்தில் வைத்து, ஒரு குச்சியை கொண்டு சுழல விட்டு, தன் விரல்களால் ஒரு அழகான மண்பாண்டம் செய்கிறான். அதை நாம் உபயோகப் படுத்துகிறோம். அது கீழே விழுந்து உடைந்து விட்டால் சுக்கு நூறாக போய்விடுகிறது. அது பூமியின் மீது கிடந்து ஒரு மழை பொழியும் போது, அந்த சுக்குக்கள் மழைநீரில் கரைந்து மீண்டும் மண்ணாகி-

விடுகிறது. இதுதான் லயம்.

இங்கு மண்பாண்டம் செய்யும் குயவன், அதை செய்யும் கருவி, மண்பாண்டம் ஆகிய மூன்றும் இருக்கின்றன. மண் என்பது மூலப் ப்ருகிருதி. அதுவும் ப்ரும்மத்தின் ஒரு அம்சம்தான். இங்கு நாராயணே குயவர், அவரே கருவி, அவரே மண்பாண்டம் என்ற தத்துவத்தை உபநிஷத்துக்கள் திரும்ப திரும்ப சொல்கின்றன.

இதை தத்வம், ஹிதம், புருஷாத்தம் என்கிற பிரதான திரித்துவமாக சொல்கிறார்கள்.

மிக சுலபமாக புரிந்து கொள்ள வேண்டுமென்றால் தத்வம் என்பதை மெய்ப்பொருள் எனலாம். இதுவும் சித், அசித், ஈஷ்வர் என்று மூன்றாக பிரிகிறது. உயிருள்ளவை அனைத்தும் சித்துக்கள். உயிரற்ற பொருட்கள் யாவும் அசித்துக்கள். ஈஷ்வர் என்பவர் பரம புருஷர் என்று சொல்லத் தேவையில்லை.

ஹிதம் என்பது வழி. புருஷாத்தம் என்பது நமக்கு கிடைக்கும் பலன். தற்போது ஹிதத்தை கர்ம யோகம், ஞான யோகம், பக்தி யோகம் என்று மூன்றாக பிரிக்கலாம்.

சரி, சித்துக்களான உயிருள்ளவர்கள், பக்தி மார்க்கம் மூலமாக, மோட்சம் என்கிற புருஷாத்தத்தை அடைகிறார்கள் என புரிந்து கொள்ளலாமா?

அசித்தான மண்ணைக் கொண்டு, ஒரு கருவி மூலமாக மண்பாண்டம் பெறலாம் என்பதை மீண்டும் தத்வம், ஹிதம், புருஷாத்த திரித்துவத்தில் பொருத்திப் பாருங்கள்.

பெருமாளை மணிமுடி, கௌஸ்துபம், திருவடி என்று மூன்றாக பார்க்கலாம். மணிமுடியில் நாம் தொடங்கி, கௌஸ்துபத்துடன் வீற்றிருக்கும் தாயார் மூலமாக அவர் பாதாரவிந்தங்களை அடைந்துவிடலாம்.

அதே மாதிரி பெருமாளின் திருவடியை பற்றியவர்கள் திரு மார்பு தாயார் அருளாசியோடு மோட்சத்தை அடைந்துவிடலாம்.

மேற்ச் சொன்னது ஒரு புரிதலுக்காக சொன்னது.

புருஷாத்தையும் தர்ம, அர்த்த, காமம் என்று மூன்றாக பிரிக்கலாம். தமிழில் இது அறம், பொருள், இன்பம் என்று வகைப்படுகிறது. திருக்குறள் கூட இதன் அடிப்படையில் பகுதிகளாக பிரிக்கப்பட்டுள்ளது. இன்பதை இரண்டாக பிரித்து, இவ்வுலக பொருள் சார்ந்தவைகளை இன்பம் என்றும், மேல்நிலையான, பொருளாசையற்ற இன்பத்தை ஆனந்தம்

என்றும், அது பிறவா தன்மையை கொடுக்கும் மோட்சம் என்றும் வகைப்படுத்தலாம்.

சித்துகளையும் மூன்றாக பிரிக்கலாம். இப்பூவுலகில் பிறவி பிணியில் இருப்பவர்கள் பக்தர்கள். மேல் உலகம் சென்று, பாவ, புண்ணியங்களை செலவழித்துவிட்டு, மீண்டும் பிறவி எடுப்பவர்கள் முக்தர்கள். பிறவா வரத்தை பெற்று எப்போதும் நாராயணனோடு ஐக்கியம் ஆனவர்கள் நித்யர்கள்.

இதைப் போல பல மூன்று தத்துவ கோட்பாடுகள் இருக்கின்றன. ஓரளவுக்கு இந்த புதிய திரித்துவ கோட்பாடுகளை நீங்கள் புரிந்து கொண்டிருப்பீர்கள் என நினைக்கிறேன்.

அடுத்த சிந்தனைக்கு போவோம்.

தெய்வங்கள் மூன்று என்று முன்னே பார்த்தோம். ஒன்றா, இரண்டா, இல்லை மூன்றா? கீழே பார்ப்போம்.

அத்வைதம், த்வைதம் கேள்விப்பட்டிருக்கிறோம். அத்வைதம் (அ+த்வைதம்) என்றால் இரண்டு என்பது கிடையாது என்று அர்த்தம். எல்லாம் ஒன்றே என்று சொல்லும் தத்துவம். இது ஆதி சங்கரர் சொல்லியது.

த்வைதம் என்றால் இரண்டு உண்டு. இரண்டும் எக்காரணம் கொண்டும், ஒன்று சேர முடியாது என்பது. இது மத்வாச்சார்யார் சொன்னது. ராமானுஜர் சொன்ன விஷ்டாத்வைதம் இரண்டுக்கும் நடுவானது. சரணாகதி மூலமாக ஜீவாத்மா, பரமாத்மாவின் பாதங்களில் அடைகிறது என்பது அவர் சொன்ன கோட்பாடு. வைணவத்திலேயே கௌடிய வைஷ்ணவம், புஷ்டி மார்க்கம் என்று பல கிளைகள் இருக்கின்றன.

சரி, முன்பு பார்த்த திரித்துவம் என்பதை எப்படி கொள்வது? இதற்கு சங்கீதத்தில் விடை இருக்கிறது.

ஸ,ரி,க,ம,ப,த,நி என்று ஏழு ஸ்வரங்கள் இருந்தாலும், அவர்கள் அடிப்படைகள் சொல்லிக் கொடுக்கும் போது ஸ,ரி,க,ம,ப,த,நி,ஸ என்று சொல்லி அதை ஆரோகனம் என்றும், அதன் ரிவர்ஸை அவரோகனம் என்றும் சொல்லிக் கொடுப்பார்கள். தம்பூரா மீட்டும் போது மூன்று தந்திகளை மீட்டுவார்கள். அது ஸ,ப,ஸ என்று தொடர்ந்து வந்து கொண்டே இருக்கும். ஒரு கவிழ்த்து போட்ட நாமம் என்று எடுத்துக் கொண்டால், ஸ என்பது தொடக்கம், ப என்பது மைய உச்சம், அடுத்து ஸ என்பது மறுபடியும் தொடக்க புள்ளி. இதைத்தான் அவர்களும் லயம் என்கிறார்-

கள். ஸ்ருதி மாதா, லயா பிதா என்பார்கள்

இப்போது மும்மூர்த்திகளோடு மூன்று ஸ்வரங்களை பொருத்திப் பாருங்கள்.

பிரும்மா - ஸ - படைப்பு

விஷ்ணு - ப - காப்பு

சிவன் - ஸ - அழிப்பு

இரண்டிலும் லயம் இருக்கிறது.

இன்னொன்றையும் கவனியுங்கள். திருமலையப்பன் நெற்றியில் உள்ள திருமண்ணை பாருங்கள். அதுவும் ஒரு 'ப' வடிவம்தான்.

என்ன? மண்டைக்குள் மின்னலடிப்பதை போல நீங்கள் உணர்ந்தால் அடியேனின் பாக்கியம்.

இன்னொரு கோணத்திலும் பார்க்கலாம். லயம் என்றால் என்ன?

பூஜ்ஜியம்தானே லயம்.

அப்படியானால் இருப்பது என்பதை ஒன்று என்று எடுத்துக் கொள்-ளலாம்.

இரண்டு பக்கமும் பூஜ்ஜியம். அதை இரண்டையும் அடி பக்கமாக கோடிட்டு இணையுங்கள். நடுவில் ஓங்கி உலகளந்த ஒன்று. அதுதானே பெருமாள்.

திருவரங்கப் பெருமாளின் திருமண்ணை மீண்டும் கவனியுங்கள். நடு-விலே மஞ்சள் நிறத்திலே ஓங்கி உயர்ந்து நிற்பது ஒன்று போல் இருப்-பதுதானே. அது தாயார் ஸ்வரூபம் என்பார்கள் வைணவர்கள். நம்ம அம்மா போல வருமா?

மீண்டும் ஒரு மின்னலடிக்கிறதா?

சரி, மூன்று என்றும், மூன்றில் ஒன்று என்பதையும் பார்த்துவிட்-டோம். இனி இரண்டு என்கிற தத்துவ விசாரத்துக்கு வருவோம்.

அதை வைஷ்ணவமே தீர்த்து வைத்துவிட்டது. ப்ரும்மம் வேறு. பிரும்மா வேறு. நாராயணன்தான் ப்ரும்மம். பிரும்மாவை படைத்தவர் நாராயணன். அவரின் உந்தி கமலத்தில் வீற்றுப்பவர்தான் பிரும்மா. எனவே, இரண்டுதான். ஒன்று விஷ்ணு. இன்னொன்று சிவன்.

சிவன் சுடுகாட்டு சாம்பலை பூசிக் கொள்பவர். பெரும்பாலும் அவருக்கு உருவ வழிபாடு கிடையாது. சிதம்பரத்தில் அவர் 'சிதம்பர ரகசியமாக' ஆகாய ஸ்வரூபமாக இருக்கிறார். ஆகாயம் ஒரு கோள வடிவம். அதை இலக்க அடிப்படையில் பூஜ்ஜியம் என்று எடுத்துக்

கொள்வோமா?

நாராயணன் ஓங்கி உலகளந்த பெருமாள். அதை இலக்க அடிப்படையில் ஒன்று என்று கொள்வோமா?

இப்போது அத்வைத, த்வைத விசாரத்துக்கு வருவோம். இரண்டு இருக்கின்றன. ஒன்று ஒன்றாக இருக்கிறது. இரண்டாவது, இல்லாமல், எல்லாமாக இருக்கிறது. ஆனால் இரண்டு என்பதே இல்லை.

அத்வைதிகள் பார்வையில் எல்லாம் ஒன்றுதான். எல்லாம் ஒரு வட்டத்தில், ஒரு பிரபஞ்சத்தில் அடக்கம். த்வைதிகள் இப்படி கொள்ளலாம். ஒன்று மிக பெரியது. அது பரமாத்மா. மற்றது ஜீவாத்மா (சிறிய வட்டம் - காற்று குமிழி), ஒன்றை நெருங்கவே முடியாது.

உடனே, கணித தத்துவத்தை உள்ளே புகுத்தி பூஜ்ஜியம் பெரியதா? ஒன்று பெரியதா? என்ற விவாதத்துகுள் போக வேண்டாம். ஒரு உதாரணமே தவிர, அதன் தன்மைகள் விவாதப் பொருட்கள் அல்ல.

சரி, கடைசியாக ஒன்று. கம்ப்யூட்டர் விஞ்ஞானத்தில் Binary code என்கிற கான்ஸப்ட் உள்ளது. அதன் அடிப்படையில்தான் வாமன சைஸ் சிப்புகள் அதிவேகமாக இயங்குகின்றன. அதிலும் இரண்டு இலக்கங்கள் உண்டு. ஒன்று (1). இன்னொன்று ஸைபர் (0). இரண்டு உண்டு. ஆனால் இரண்டு என்பதே கிடையாது.

ஒன்று இருக்கிறது. இன்னொன்று இல்லாமல் இருக்கிறது.

ஒரே குழப்பமாக இருக்கிறது என்று நீங்கள் சொல்லக் கூடும். உபநிஷத்துக்களில் வரும் விவாதங்கள் இதை விட மண்டையை சூடேற்றும்.

நமது சனாதன தர்மம் ஒரு ஆலவிருட்சம். அது எப்பேர்பட்ட கேள்விகளுக்கும் விடை கொடுக்கும்.

ஒன்றானவன், உருவில் இரண்டானவன். உருவான செந்தமிழில் மூன்றானவன்.

3...., 2...., 1...., விவாதங்களுக்கு எல்லையே இல்லை

4
சாங்கிய தத்வம்

ஸ்ரீமத் பாகவதத்தில் பெருமாளின் முதல் அவதாரமாக குறிப்பிடப்படுவது கபிலாச்சாரியார் அதவதாரமே. அவரை பற்றி சொல்லுவதற்கு முன்னால் ஒரு சில முன் விளக்கங்களை பார்த்துவிடுவோம்.

இந்த வாழ் உலகின் முதல் மனிதர் மனு என்கிறது ஸ்ரீமத் பாகவதம். அதனால்தான் நமக்கு மனுஷ்யர்கள் என்று பெயர். மனுவின் மனைவி சதரூபா. அவர்கள் இருவருக்கும் பிறந்தவள் தேவஹூதி. அவளுக்கு திருமண வயது வந்ததும், மாப்பிள்ளை தேடுகிறார்கள். பிரும்மாவின் மகனான கர்தம பிரஜாபதி என்கிற ரிஷிக்கு திருமணம் செய்து வைக்கிறார்கள். அவர்கள் இருவருக்கும் பிறந்தவர்தான், கபிலர்.

இதே தம்பதி மீண்டும் கஸ்யபர், அதிதியாக பிறக்கிறார்கள். அவர்களுக்கு பெருமாளே மீண்டும் மகனாக பிறக்கிறார். அவர்தான், வாமனன் என்கிற உபேந்திரன். இந்திரன் முதலில் பிறந்து, அதன் பிறகு வாமனன் பிறந்ததால் உப-இந்திரன் என்ற பெயரை பெற்றார் ஓங்கி உலகளந்தவர்.

மூன்றாவது முறையாக இதே தம்பதி பூமியில் மீண்டும் பிறக்கிறார்கள். அவர்கள்தான் வசுதேவர், தேவகி. ஒருத்தி மகனாய் பிறந்து, ஓர் இரவில் ஒருத்தி மகனாய் மாறினவர் யார் என்று சொல்லவா வேண்டும்?

சரி, இப்போது கபிலருக்கு வருவோம். கபிலர் தன் இளம் வயதி-லேயே யோக முனிவர் ஆகிவிடுகிறார். தன் அம்மாவுக்கு சாங்கிய யோகத்தை எடுத்துரைக்கிறார்.

சாங்கிய யோகம் 24 தத்துவங்கள் கொண்டது. அவைகளை கீழே பார்ப்போம்.

1-5 பஞ்ச பூதங்கள்

ஆகாயம், காற்று, நெருப்பு, நீர், மண் ஆகியன பஞ்ச பூதங்கள் என்று யாம் அறிவோம். இவைகளை விவரித்து சொல்ல வேண்டிய அவசியம் இல்லை.

6-10 பஞ்ச தன்மாத்திரைகள்

ஆகாயம் என்பது ஒரு இடைவெளி துவங்கியபோதுதான் உருவாகி-றது. அங்கிருந்துதான் காலமும் துவங்குகிறது. அங்கு ஸ்ப்தம் மட்டுமே இருக்கும். வேறு எதையும் காணவோ, உணரவோ முடியாது.

அடுத்து காற்று உருவாகும் போது ஸப்தமும், ஸ்பர்ஸமும் உருவா-கின்றன. காற்றை காணமுடியாதே தவிர உணர முடியும்.

அடுத்து நெருப்பு உருவாகிறது. இதில் ரூபம் உண்டு. தவிர தீ கொழுந்து விட்டு எரியும்போது ஸப்தம் வரும். தொட்டால் சுடும். எனவே ஸ்பர்ஸமும் உண்டு.

நீர் உருவாகும் போது ரசம் சேர்கிறது. ருசி என்கிறோமே அது. நீருக்கு ரூபம் உண்டு. தண்ணீரை கொட்டினால் ஸப்தம் வரும். ஸ்பர்-ஸிக்கவும் முடியும். குளிர் தண்ணீர் ஜிலீர் என்றிருக்கும்.

மண்ணுக்கு ஐந்தாவதாக கந்தம் என்ற வாசனை சேர்கிறது. மண் வாசனை என்று சொல்கிறோம் அல்லவா? மண்ணுக்கு ஸப்தம், ஸ்பர்-ஸம், ரூபம், ரசம் ஆகிய குணங்களும் உண்டு. உவர்ப்பு மண், துவர்ப்பு மண் என்பவை ரச குணங்களே.

11-15 பஞ்ச ஞானேந்தியங்கள்

கண், காது, மூக்கு, நாக்கு, தோல் என்று நமக்கு ஐந்து ஞானேந்தி-ரியங்கள் இருக்கின்றன. அவை முறையே பார்க்கும், கேட்கும், நுகரும், ருசிக்கும், உணரும் என்பதை விளக்கிச் சொல்லத் தேவையில்லை.

இவைகளை பஞ்ச பூதங்களோடும் சேர்த்து பார்க்கலாம்.

காது பிரஞ்சத்தோடு சம்பந்தப்பட்டது. எனவே ஆகாயம். கண் தீயை பார்க்கும். மூக்கு வாயுவை உள் செலுத்தும். நாக்கு நீரை பருகும். தோல் மண்ணொடு சம்பந்தப்பட்டது.

16-20 பஞ்ச கர்மேந்திரியங்கள்

கைகளால் நாம் பல காரியங்களை செய்கிறோம். எனவே கை ஒரு கர்மேந்திரியம். கால்களால் நடக்கிறோம். வாயால் பேசுகிறோம். சிறுநீரை வெளியேற்றவும், மலத்தை கழிக்கவும் இரண்டு கர்ம வாசல்கள் நமக்கு இருக்கின்றன.

21-24 தத்துவங்களை மேலிருந்து கீழாக பார்த்தால் நல்ல தெளிவு கிடைக்கும். 24வது தத்துவத்தை பிரக்ருதி என்கிறார் கபிலர். அதாவது இயற்கை. இதிலிருந்து உள் தத்துவமாக மஹத் பிரிகிறது. இது முழுக்க முழுக்க சத்வ குணங்கள் கொண்டது. 24 காரட் தங்கம் மாதிரி. மிக தூய்மையானது. ஆனால் ஒரு ஆபரணமும் செய்யமுடியாது.

கவனியுங்கள். தங்கத்தின் தூய்மையைச் சொல்லும் போது 24 என்ற அளவை ஏன் சொல்கிறார்கள் என்பதில் சாங்கிய தத்துவம் ஒத்துப் போகிறது.

23வது தத்துவமாக புத்தி வருகிறது. இங்குதான் பிரித்துப் பார்க்கும் குணம் வருகிறது. பகுத்தறிவு என்பதுதான் இது. இங்கு ரஜோ குண கலப்பு தொடங்கிவிடுகிறது. இங்கிருந்துதான் மனுஷ்ய குணங்கள் துவங்குகின்றன. ஆபரணங்கள் செய்வது மாதிரி பிரும்மாவுக்கு மனிதர்களை செய்வது எளிதாகிறது,

22வதில் அஹங்காரம் சேர்ந்து விடுகிறது. நான் என்கிற நினைப்பு அது. நம் ஹிருதய கமலத்தில் ரொம்ப அருகிலேயே பகவான் இருந்தாலும், இந்த அஹங்கார சுவர், ஜீவாத்மாவை, பரமாத்மாவிடமிருந்து விலக்கி வைக்கிறது. இந்த மெல்லிய ஒற்றை சுவர்தான் நம்மை இவ்வளவு பாடு படுத்துகிறது. நான்தான் சரீரம். நானே என்னை உருவாக்கிக் கொண்டேன். என் உழைப்பாலே மட்டுமே இவ்வளவு சொத்து சேர்த்தேன். என்னை யாரும் எதுவும் செய்துவிட முடியாது. என் சரீர சுகங்களுக்காக என்ன வேண்டுமானாலும் செய்வேன். இவையெல்லாம் அஹங்காரத்தின் வெளிப்பாடுகள்.

இரண்டு பறவைகள் ஒரு மரக் கிளையில் இருக்கின்றன. ஒன்று உலகியல் சுக துக்கங்களில் தன்னை ஈடுபத்திக் கொண்டு தன் வேலையில் மட்டுமே கவனமாக இருக்கிறது. இன்னொரு பறவையோ இந்த பறவையை வைத்த கண் வாங்காமல் பார்த்துக் கொண்டிருக்கிறது என்று வேதாந்த விசாரங்களில் ஒரு எடுத்துக் காட்டு வரும். இதில் ஒரு பறவை நாம். நம்மையே பார்த்துக் கொண்டிருக்கும் மற்றொரு பறவை, சாட்சாத் பரமாத்மாதான். இரண்டு பறவைகளும் இருக்கும் இடம்தான் நம் ஹிருதய கமலம்.

கபிலர் சொல்லும் அஹங்காரமும், அத்வைதிகள் சொல்லும் மாயாவும் ஒன்றுதான். இந்த மாயாவை விலக்கி பகவானை தரிசனம் செய்ய பிரயத்தனப்படுவதற்குதான் பக்தி. மாயா என்று ஒன்று இருப்பதாக

விசிஷ்டாத்வைதிகள் ஏற்றுக் கொள்ளவில்லை. குணங்களின் கலவையி-னாலே மனுஷ்யர்கள் பேதப்படுக்கிறார்களே தவிர மாயாவினால் அல்ல என்பது அவர்களின் கருத்து. அந்த மூன்று குணங்கள் என்ன என்பதை பார்த்து விடுவோம்.

1. சாத்வீக - சாஸ்திரங்களை பயில்பவன். சத்யத்தை பேன வேண்டும், தர்மத்தை நிலை நாட்ட வேண்டும், ஹிம்சை கூடாது, போன்றவை சாத்வீக குணங்கள்.
2. ரஜோ - நாட்டை ஆள்பவன். புஜ பலத்தில் நாட்டம் கொண்டவன். மக்கள் நலம்தான் மிக முக்கியம். அதற்காக என்ன வேண்டுமானாலும் அவன் செய்வான்.
3. தமோ - சோபித்து இருப்பவன். உண்டு உறங்குபவன். மற்றவர்களால் ஆளுமை செய்யப்படுபவன். ஆனால் நன்கு உழைக்கக் கூடியவன்.

மீண்டும் கபில தத்துவத்துக்கு வருவோம்

21 மிக எளிதான தத்துவம். மனசுதான் அது. மனசு எண்ணங்களால் ஆனது. இந்திரியங்களால் ஆட்படக் கூடியது. அதில் அறிவு கலக்கும் போது புத்தியாக மாறுகிறது. அவ்வாறு கலப்பதற்கு அஹங்காரம் உதவு-கிறது.

பஞ்ச இந்திரியங்களும் கர்ம, ஞான, பக்தி யோகங்களினால் முறை படுத்தப்படும் போது, மனசு நிர்மலமாகிறது. அங்கு அஹங்காரம் தொலைகிறது. புத்திக்கு நேர் சிந்தனைகள் மட்டுமே வந்து சத்வ குணத்தை நோக்கி திரும்புகிறது. பிரக்ருதியோடு லயமாகிறது.

இதையேதான் சங்கரர் தன் பஜகோவிந்த பாடலில் சொல்கிறார்.

ஒரு சிஷ்யன் தன் குருவோடு ஐக்கியமாகி சத் சங்கத்தில் கலந்து-விடும் போது எதிர் மறை சிந்தனைகளிலிருந்து விடுபடுகிறான். அதை அவர் நிர்சங்கத்துவம் என்கிறார். நிர்சங்கத்துவம் அவனுக்கு பல மோகங்களிலிருந்து விடுதலை கொடுக்கிறது. அந்த நிர்மோகத்வம் அவனுக்கு சலனமில்லாத மனநிலயை கொடுக்கிறது. அதே நிர்சலதத்வம் அவன் ஜீவன் முக்திக்கு காரணமாக இருக்கிறது.

கபிலர் 25வது தத்வமாக பரமாத்மாவை சொல்கிறார். ஏன் அதை 25வது தத்துவமாக வைத்தார் என்பதை நம் கை விரல்களே விளக்கும்.

21லிருந்து 24 வரை உள்ளவை நம் சுண்டு விரலில் தொடங்கி ஆள்காட்டி விரல் என்று வைத்துக் கொண்டால், கட்டை விரல்தான் பரமாத்மா. கட்டை விரல் தனியாகத்தான் இருக்கும். ஆனால் கட்டை விரல்தான் மற்ற விரல்களின் இயக்கங்களுக்கு பிரதானம் என்று தெரியாதா நமக்கு?

பரமாத்மா என்கிற கட்டை விரல் அசையும் போது, நாம் ஆடுகிறோம். அவ்வளவே.

5

சரணாகதம் ஏன்?

நம்மில் பலருக்கு மிகவும் பரிச்சயமான சரணாகத தத்துவம், பகவத் கீதையில் பகவான் ஸ்ரீ கிருஷ்ணர், அர்சுணனுக்கு சொன்னதாகத்தான் இருக்கும். அந்த ஸ்லோகம் பகவத் கீதையின் கடைசி ஸ்லோகம்.

“எல்லா தர்மங்களையும் விட்டுவிட்டு, எவனொருவன் என்னை மட்டுமே சரண் அடைகிறானோ, அவனை சகல பாபங்களிலிருந்தும் விடுவித்து, மோட்சத்தை கொடுப்பேன், வருந்தாதே” என்பதுதான் அதன் முழு அர்த்தம்.

நம் முன்னோர்கள் இதை சரம ஸ்லோகம் என்று சொல்லுவார்கள். அவர்கள் வகை படுத்தியபடி இதை போல இன்னும் இரண்டு பிரதான சரம ஸ்லோகங்கள் இருக்கின்றன. அவைகளை பின்பு பார்போம்.

கிருஷ்ணர் சொன்ன சரம ஸ்லோகத்தில், தங்கத் தட்டில் பொறிக்க வேண்டிய முக்கிய அக்ஷரங்களின் இரண்டு பிரிவுகள் இருக்கின்றன. “மாம் ஏகம், சரணம் வ்ரஜ” (நான் ஒருவனே, என்னிடம் சரணடை) என்பதை நீங்கள் கும்பகோணத்துக்கு அருகில் உள்ள ஒப்பில்லா அப்பன் கோயிலுக்கு போனால், அந்த பெருமாளின் வலது உள்ளங்கையில் எழுதியிருப்பதை பார்க்க முடியும். அதே மாதிரி, காஞ்சீபுரம் வரதராஜனான தேவப் பெருமாள் உள்ளங்கையில் “மா சுச:” (வருந்தாதே) என்று எழுதப்பட்டிருக்கும்.

வைஷ்ணவ சம்பிரதாயத்தின் அஸ்திவாரமே சரணாகதிதான். அவர்கள் இன்னும் ஒரு அடுத்த நிலைக்கு போய், குருவிடம் சரணடைந்து

விடு. அவர் உன்னை பகாவனிடம் கொண்டு சேர்ப்பார் என்பதில் தீர்மாணமாக இருக்கிறார்கள். அதனால்தான் வைணவ ஸ்தலங்களில், பகவானை போலவே, அவர்கள் வழிபடும் குருமார்களான ஆழ்வார்களுக்கு சிலா ரூபங்கள், சந்நிதிகள் இருக்கின்றன.

ஒரு விடலை பையன், தனக்கு வேண்டியதை தன் அப்பாவிடம் இருந்து சாதிக்க எப்படி தன் அம்மாவை பயன்படுத்துகிறானோ, அந்த மாதிரி பகவானிடம் நேரடியாக போவதை விட தாயார் மூலமாக அல்லது ஒரு குரு மூலமாக அனுகுவது எளிது என்கிறார்கள்.

நாம் ஏதாவது கேட்டால், நம் அப்பா ஆயிரம் குறுக்கு கேள்விகள் கேட்பார். ஆனால், நம் அம்மாவின் ஒரு கடைக்கண் பார்வையில், சகலமும் விட்டொழித்து, சடாரென்று அப்பா கொடுத்துவிடுவார் அல்லவா, அந்த மாதிரிதான் பெருமாளும். தாயாரோ, குருவோ சொல்லிவிட்டால், பெருமாளுக்கு மறு பேச்சே கிடையாது.

ஆனால், அத்வைதிகளுக்கு இந்த கருத்தில் உடன்பாடில்லை. சம்சார சித்தாந்தங்கள் வேறு, பகவான் வேறு என்பார்கள். ஒன்றே ஒன்றுதான். அவன் அருளாலே, அவன் தாள் வணங்கி என்பது அவர்களின் கோட்பாடு.

ஆனால் சரணாகதி எல்லா சம்பிரதாயங்களிலும் இருக்கிறது. "ஸ்வாமியே, சரணம் ஐயப்பா" என்பதும் சரணாகதி உபாயம்தான். "யாமிருக்க பயம் ஏன்" என்று முருகக் கடவுள் சம்பிரதாயதில் (கௌமாரம்), யாமிருக்க என்கிற சொல் சரணாகதியை குறிக்கிறது.

வெளிச்சமும் இருட்டும் போல, நம்பிக்கையும் பயமும் இரு வெவ்வேறு எதிர் நிலைகள். நம்பிக்கை என்கிற வெளிச்சம் வர வர, பயம் என்கிற இருள் விலகுகிறது. "உன்னுடைய பாரங்களை நீ ஏன் சுமக்கிறாய். அதை என்னிடம் கொடுத்துவிட்டு நீ நிம்மதியாக இரு, நான் உனக்காக உன் பாரங்களை சுமக்கிறேன். உனக்கு உடல் வலிமையும், மன தைரியத்தையும் கொடுக்கிறேன். நீ தடைகளை தகர்த்து வெற்றி கொள்வாயாக", இதுதான் சரணாகதியின் முழு பரிணாமம்.

ஒரு தந்தை தன் கடமைகளை சரிவர செய்யும் போது அவனை அண்டியிருக்கும், மனைவி, குழந்தைகள், சகோதர, சகோதரிகள், வயதான தாய். தந்தை பயமின்றி நிம்மதியாக இருக்கிறார்கள். வீட்டுத் தலைவன் கொடுப்பது நம்பிக்கை.

இதே மாதிரிதான், ஒரு பக்தனின் பார்வையில், என் பகவான் எல்லாமாக எனக்கு இருக்கிறான், எனக்கென்ன கவலை, நான் பூனைக்குட்டி, பகவான் பூனை. என் நலனில் பெருமாளை தவிர வேறு யார் அக்கறை கொள்ள முடியும் என்கிற நிலைதான் சரணாகதி.

சரண் என்பதற்கு அர்த்தம் பார்த்தோமேயானால், அது வழி என்பதாக இருக்கும். சனாதன தர்மத்தின் மூன்று தத்துவங்கள் (தத்வம், ஹிதம், புருஷாத்தம்) அடிப்படையில், தத்துவமாக பரம புருஷன் இருக்கிறார். சரணாகதி என்பது ஹிதம் அல்லது உபாயம் அல்லது வழி எனப்படும். கிடைக்கக் கூடிய பலன் அல்லது புருஷாத்தம் என்பது மோட்சம்.

பாரதியார் கூட 'நின்னை சரணடைந்தேன், கண்ணம்மா" என்கிறார். இங்கு பாரதியார், பகவானை ஒரு காதலியாக, பிரேம பாவத்தில், நாயகி பாவத்தில் அனுகுகிறார். நம்மாழ்வாரும், திருமங்கை ஆழ்வாரும் முறையே பராங்குச நாயகி, பரகால நாயகி என்கிற பெண் பாவங்களில் பல பாசுரங்கள் எழுதியிருக்கிறார்கள். பெரியாழ்வர் கூட அப்படியே.

ராதை மற்றும் அவரது தோழிமார்கள், கோபிகைகள் ஆகியோர் கிருஷ்ணன் மேல் கொண்டது பக்தியின் பல வகைகளில் பிரேம பக்தியின் கீழ் வரும். இதுவும் சரணாகதியின் ஒரு அடையாளமே. மீரா, தன் கிரிதாரியை கணவனாகவே கொண்டாள். பக்த பிரஹல்லாதர் சொன்ன நவவித பக்தியில், தாச மற்றும் சக பக்தி மார்க்கத்தின் கலப்பு பிரேம பக்தி.

சநாதன தர்மத்தின் அழகே, கடவுளை நம்மில் ஒருவராக பார்ப்பதுதான். வேறு எந்த மதத்திலும் இப்படிப்பட்ட அனுகுமுறை இல்லை. அவையெல்லாம் ஒரு தனிமனித கோட்பாட்டில் சுருங்கி, அவரை ஒரு உயர்ந்த இடத்தில் வைத்து, இருவருக்கும் இடையே மிகப் பெரிய இடைவெளியை ஏற்படுத்தி வைத்திருக்கிறது.

சரணாகத தத்வம் ஏதோ பகவானுக்கும் பக்தனுக்கும் இடையே உள்ள உறவு மட்டுமல்ல. நம் நடைமுறை வாழ்வியலிலும் பொருத்தி பார்க்க முடியும். ஒரு தலைமுறை தாண்டிய தம்பதிகளை பாருங்கள். அதில் ஒரு அழகியல் இருக்கும்.

பதி பரமேஷ்வர் என்கிற கோட்பாட்டில் ஒருத்தி அவனிடம் பூர்ணமாக சரணடைகிறாள். அவனும் அவளை திருமணம் செய்யும் போது நிறை குறைகளோடு அவளை ஏற்றுக் கொண்டு அவளுக்கு நம்பிக்கை

அளிக்கிறான். அந்த சுகானுபாவ நிழலில் அவள் நிம்மதியாக இருக்கிறாள்.

இதை தற்கால பெண்ணியல்வாதிகள் ஏற்றுக் கொள்ள மாட்டார்கள்.

நடைமுறை குடும்ப வாழ்வியலில் சரணாகதி ஒரு அடிமை சிந்தனையாக பார்க்கப்படுகிறது. தாம்பத்யம் என்று வந்துவிட்ட பிறகு தனக்கென்று தனி அடையாளம் வேண்டும் என்கிற கருத்து மேற்கத்திய சிந்தனைகளின் கலப்பு. தனி அடையாளம் என்பதே பரஸ்பர நம்பிக்கையின்மையின் வெளிப்பாடு. ஒருவரை ஒருவர் அடக்கி ஆள வேண்டும் என்பதும் அஹங்காரத்தின் ஆரம்பப் புள்ளி. இரண்டுமே சரணாகத தத்துவத்திற்கு எதிரானது. எப்படி பரமாத்மா-ஜீவாத்மா உறவு இருக்கிறதோ அதே மாதிரி தாம்பத்ய உறவும் அமைந்து விட்டால் அங்கு அடிமைத்தனம் என்ற பேச்சுக்கே இடம்மில்லை.

நமஸ்கரித்தல், தலை வணங்குதல் ஆகியன இரண்டுமே சரணாகதியின் குறியீடுகள். நம் சனாதன தர்மத்தின் ஆணிவேரே அஹங்காரமற்று இருத்தல். அவனன்றி ஓர் அனுவும் அசையாது என்பதை நாம் அடிக்கடி அஹங்காரத்தினால் மறந்துவிடுகிறோம்.

ஆட்டு மந்தையிலிருந்து ஏதாவது ஒரு ஆடு பாதையைவிட்டு விலகிச் செல்லும்போது ஆட்டு இடையன் ஒரு குச்சியால் ஒரு தட்டு தட்டுவானே அது மாதிரி நம் அஹங்காரம் வெளிப்படும்போதெல்லாம் அவனிடமிருந்து குட்டுப்பட வேண்டியிருக்கிறது.

தன் தாய் தன் கண்பார்வையில் இருக்கிறாள் என்றால், ஒரு குழந்தை தைரியமாக பத்தடி முன்னால் போகிறதே அதுதான் சரணாகதியின் எடுத்துக்காட்டு.

சரி, நம் சனாதன தர்மத்தின் முதல் சரம ஸ்லோகத்தை பார்ப்போம். இது பெருமாள் பண்றி ரூபம் எடுத்து பூமியை பிரளய ஜலத்திலிருந்து எடுத்து காத்த பிறகு, பூமி தேவிக்கு சொன்னது.

“மனசு நல்ல நிலையிலும், சரீரம் ஆரோக்கியமாகவும் இருந்து கர்மாக்களை ஸ்திரமாக செய்ய முடியும் என்ற காலத்திலேயே, யார் இந்த பிரபஞ்சத்தின் மூலமாகிய, பிறப்பிலியான என்னை நினைக்கிறானோ(ளோ), அவனுக்கு/அவளுக்கு நான் ஒரு உறுதியளிக்கிறேன். அதன்படி அவன்/அவள் தன் அந்திம காலத்தில், யாருடைய உதவியும் கிட்டாமல், ஒரு கல் போல ஒரு மரக்கட்டை போல படுக்கையில் கிடந்தாலும், அவன்/அவள் முன்பு என் மீது வைத்த நம்பிக்கைகளை

ஞாபகம் வைத்துக் கொண்டு நான் மேலான மோட்சத்துக்கு அவனை/ அவளை அழைத்துச் செல்வேன்.''

இதையேதான் பெரியாழ்வார், 'அப்போதைக்கு இப்போதே சொல்லி வைத்தேன்' என்ற பாசுரத்தில் குறிப்பிடுகிறார். ''ஆதிமூலம் எங்கிற யானைக்கு ஒரே ஒரு முதலைதான் காலை பற்றியது. நீ ஓடி வந்து காப்பாற்றினாய். ஆனால் எனக்கோ ஸம்சார சாகரத்தில் ஆயிரக்க-ணக்கான முதலைகள் என் சரீரம் முழுவதையும் பற்றி இழுக்கின்றன. அந்த சமயத்தில் நான் உன்னை நினைக்க மாட்டேன். எனவே நான் இப்போதே சொல்லிவைத்துவிடுகிறேன். நீ அப்போது அதனை ஏற்றுக் கொள்வாயாக'' என்கிறார்.

இதற்கு ஸ்ரீமத் பாகவதத்தில் ஒரு சான்று இருக்கிறது. அஜாமிளன் எங்கிற பிராம்மணன் எந்த ஒரு நல்ல காரியமும் செய்யாத ஒரு பாபியாக இருந்தான். ஆனால், அவன் மரணப்படுக்கையில் இருந்தபோது, கடைசி வார்த்தையாக, அவன் கடைசி மகனை, ''நாராயணா' என்று பெயர் சொல்லி அழைத்துவிட்டான். ஒரு பக்கம் யம கிங்கிரர்கள் என்றால் இன்னொரு பக்கம் விஷ்ணு தூதர்கள் வந்துவிட்டார்கள்.

யம கிங்கிரர்கள், ''இவன் ஒரு பாபி. அதன் படி இவன் யமலோ-கத்துக்குதான் போகவேண்டும்'' என்று வாதம் வைத்தார்கள். ஆனால் விஷ்ணு தூதர்களோ, ''இவன் மூச்சு நிற்க்கும்போது நாராயணா என்று சொல்லிவிட்டான். நீங்கள் போகலாம். உங்களுக்கு இனி வேலை இல்லை.'' என்றார்கள். பதிலுக்கு யம கிங்கிரர்கள், ''இவன் சொன்னது, இவன் பிள்ளையின் பெயர். அது எப்படி பெருமாளை கூப்பிட்டதாகும்?'' என்றார்கள்.

இதை விஷ்ணு தூதர்கள், ''அது யாருடைய பெயராக இருந்தாலும், நாராயணா என்று சொல்லிவிட்டால் அது பெருமாளை கூப்பிட்ட மாதி-ரிதான்'' என்று சொல்லி மொத்தமாக அவர்களின் வாதங்களை தள்ளு-படி செய்துவிட்டார்கள்.

பகவத் கீதையில் ஸ்ரீ கிருச்ஷணர் நம் அடுத்த பிறவியை பற்றி தெளிவாக சொல்கிறார். அதாவது, ''நீ இறக்கும் தறுவாயில் என்ன நினைக்கிறாயோ, சொல்கிறாயோ அதுவாகவே பிறக்கிறாய்'' என்கிறார். எனவே, பூவராக பெருமாள் கொடுத்த உத்தரவாதத்தின் படி நாம் நல்ல நிலையில் இருக்கும்போதே அவரிடம் சரண் அடைந்து விடு-

வோம். அவர் நாமங்களை சொல்லிவைப்போம். அந்திம காலத்தில் அவர் நம்மை அளித்து காப்பார்.

ஸ்ரீமத் பாகவதத்தில் ஜடபரதர் எங்கிற முனிவரை பற்றி ஒரு கதை வருகிறது. அவர், பிரசவ வலியோடு துடித்துக் கொண்டிருந்த மான் ஒன்றை காப்பாற்றுகிறார். அது ஒரு கன்றை ஈன்றுவிட்டு இறந்துவிடுகி-றது. பிறகு அந்த மானை தன் பிள்ளையை போல வளர்க்கிறார். அதீத பாசம் வைத்துவிடுகிறார்.

தன் அந்திம காலத்தில் அந்த மானை நினைத்துக் கொண்டே மூச்சை விடுகிறார். எனவே அடுத்த பிறவியில் அவர் மானாக பிறக்க நேரிடுகிறது என்று போகிறது அந்த கதை. எனவே, மீண்டும் ஒரு முறை பூவராக பெருமாள் சொன்னதை நினைவுபடுத்தி அவர் சொல் பேச்சை கேட்டால், நம் கடைசி காலத்துக்கு நல்லது.

இதே கருத்து உடையவர் ராமானுஜர் வைபவத்திலும் வருகிறது. திருக்கச்சி நம்பிகள் மூலமாக, ராமானுஜருக்கு, காஞ்சி தேவப்பெரு-மாளின் ஆறு தத்துவங்கள் சொல்லப்படுகின்றன. அதில் மூன்றாவதாக இருப்பது, ‘அந்திமகால ஸ்ம்ருதி வேண்டாம்’ என்பது. அது பூவராக பெருமாளின் சரம ஸ்லோகத்தோடு ஒத்துப் போகிறது.

முதலில் மூன்றாவது சரம ஸ்லோகத்தையும், அடுத்து முதல் சரம ஸ்லோகத்தையும் பார்த்துவிட்டோம். இனி, இரண்டாவதை பார்ப்போம்.

இது ராமாயணத்தில் வருகிறது. விபீஷணர் எவ்வளவோ சொல்லியும் ராவணன் மசிவதாக இல்லை. இன்னும் அஹங்காரம் கூடி விபீஷணரை துரோகி என்று சபையில் அவமானப்படுத்துகிறான். உடன் இருந்தே கொல்லும் வியாதி என்கிறான்.

இனிமேல் ஒரு நொடி கூட இலங்கையில் இருப்பது நல்லதல்ல என்று தீர்மானித்து, விபீஷணர் கடல் கடந்து வந்து ஸ்ரீ ராமனிடம் சரணடைகிறார். அப்போது ஸ்ரீ ராமன் சொல்வதுதான் இந்த சரம ஸ்லோகம்.

“என்னிடம் வந்து அபயம் வேண்டி யார் சரணடைகிறார்களோ, அவர்களுக்கு நான் பாதுகாப்பு அளிக்கிறேன். இது எனது உறுதி மொழி”

விபீஷணருக்கு மட்டுமல்லாது அவர் கூட வந்த சக மனுஷர்யர்க-ளுக்கும் ஸ்ரீ ராமன் அபயமளிக்கிறார். இதன் உட்கருத்து என்னவென்-

றால், நாம் சத்சங்க கோஷ்டியோடு இருந்தால், நம் குருவோடு நமக்கும் மோட்சம் கிடைத்துவிடும்.

முதலில் சுக்ரீவரும், அங்கதனும் லங்கா அசுரர்கள் யாராக இருந்-தாலும் அபயம் அளிக்கக் கூடாது என்று ஸ்ரீ ராமரிடம் வாதிடுகிறார்கள். ஆனால் ஸ்ரீ ராமரோ தான் எடுத்த தீர்மானத்தில் உறுதியாக நின்று, வானர சைன்யங்களுக்கு விளக்கம் கொடுத்து, இலங்கேஷ்வரனே வந்-தாலும், இதே உறுதிதான் என்கிறார்.

சரணடைவதில் எது சிக்கல் தருகிறது தெரியுமா? நம் புத்திதான். அந்த அறிவு தன் விழிப்பு நிலையில் இருந்து, அஹங்காரத்தின் கலப்-பில் இருக்கும் வரை, சரணாகதிக்கு சாத்தியம் இருப்பதாக தெரிய-வில்லை. அதனால்தான் என்னவோ, ஆண்டாள், “நாங்கள் அறி-வொன்றும் இல்லாத ஆயர்குலம். அது எங்கள் பிறவி புண்ணியம்” என்கிறாள்.

அஹம் (அஹங்காரம்) ஒழித்தவர்களில் பிரதானமாக பேசப்படுபவர் விதுரர். துரியோதணனின் சித்தப்பா. சிறந்த அறிவாளி. பகவான் ஸ்ரீ கிருஷ்ணர், பாண்டவ தூதராக வந்த போது, உணவு உண்ண, அழையா விருந்தாளியாக விதுரர் வீட்டுக்கு போகிறார். அவர் கொடுக்கும் கஞ்-சியை தன் கைகளில் வாங்கி, முழுங்கை வழிவார குடிக்கிறார். விதுரர் மனைவி அறிவிழந்து, வாழைப்பழத்தை உரித்து, பழத்தை எறிந்துவிட்டு, தோலியை கொடுக்கிறார். அப்போதுதான் அவர்களுக்கு பகவான் விஸ்-வரூப காட்சி கொடுக்கிறார்.

அறிவற்ற நிலைதான், சரண் அடைவதற்கான தகுதி. அதுதான் மோன நிலை. இதை ஆங்கிலத்தில் இதை Trance என்பார்கள். சில பக்தர்கள் என்னுள் ஸ்வாமி ஆவிர்பவித்தார் என்பார்களே அந்த நிலை. அங்குதான் பரமாத்மாவும் நமக்கும் தொடர்பு வருகிறது.

சரணடைவதுதான் ஒரே வழி. அதை நம் அறிவும் அஹங்காரமும் தடுக்கும். அவைகளை வென்றுவிட்டால், என்றென்றும் ஆனந்தம் ஆனந்தமே.

6
இதிகாசங்களில் இனியவைகள்

நம் சனாதன தர்மத்தில் நான்கு வேதங்களுக்கு அடுத்தப்படியாக ஐந்தாவதாக சொல்லப்படுவது இதிகாசங்கள். வால்மீகி எழுதிய ராமாயணமும், வேத வியாசர் எழுதிய மஹாபாரதமும் இரு மஹா சமுத்ரம் போன்றவை.

இதிகாசங்கள் என்றால் இதி ஹாசம், இப்படியாக சொல்லப்பட்டது என்று அர்த்தம். இந்த இரண்டிலும் எத்தனையோ மஹான்கள் முழ்கி மூழ்கி பல ரம்மியமான விஷயங்களை பல மொழிகளில் கொடுத்திருக்கிறார்கள்.

அதில் சிலவற்றை நாம் மீள்உருவாக்கி ரசிப்போமா?

முதலில் அனுமனை பற்றி கம்பநாடன் சொல்வதை பார்ப்போம். அனுமன் வாயு புத்திரன் என்பது நம் அனைவரும் அறிந்ததே. இதை ஒரு ஆரம்பப் புள்ளியாக கொண்டு, ஐந்து பூதங்களை (வாயு, நீர், ஆகாயம், பூமி, தீ) வைத்தே அனுமனை பற்றி ஒரு அழகான செய்யுள் சித்திரம் தீட்டி விட்டார் கம்பர்.

பலருக்கு இந்த செய்யுள் தெரிந்திருக்கலாம். தெரியாதவர்களுக்காக இதோ விளக்கம்.

1. **அஞ்சிலே ஒன்று பெற்றான்** - ஐந்தில் ஒன்றாகிய வாயுவின் புத்திரன்
2. **அஞ்சிலே ஒன்றை தாவி** - ஐந்தில் ஒன்றான கடல் நீரை தாவி

3. **அஞ்சிலே ஒன்று ஆறு ஆக ஆரியர்க்காக ஏகி** - ஆரியனான ராமருக்காக ஆகாயத்தையே ஆறு போல பாவித்து பறந்து
4. **அஞ்சிலே ஒன்று பெற்ற அணங்கை கண்டு அயலாரூரில்** - பூமியிலிருந்து தோன்றிய நிலமகளான சீதையை அசோக வனத்தில் கண்டு
5. **அஞ்சிலே ஒன்றை வைத்தான் அவன் எம்மை அளித்துக் காப்பான்** - ஐந்தில் ஒன்றான தீயை லங்கா அசுரர்கள் அவர் வாலில் வைக்க, அவர்களை முடிக்க அந்த தீயையே அவர்களுக்கு வைத்த அந்த அனுமன் நமக்கு வரம் அளித்து காப்பார்.

பக்தியின் சாரம், மொழியின் வீச்சில் பரிமளிக்கும் போது நம்மை வியப்படையத்தான் வைக்கிறது.

இன்னும் சில ரம்யமான ரசனைகளை ராமாயணத்தில் பார்ப்போம்.

கனவன் மனைவிக்குள் ஏற்படும் மனஸ்தாபங்கள் என்பது காலம் காலமாக இருப்பவை. அந்த மாதிரி ஒரு காட்சி ராமாயணத்திலும் வருகிறது.

ராமன் காட்டுக்கு போவது என்பது தீர்மானம் ஆகிவிட்டது. முதல் தீர்மானத்தின் படி ராமரும் லக்ஷ்மனனும் போவதாக இருந்தது. ராமர் முதலில் சீதை அழைத்துச் செல்வதாக இல்லை. இதை அவர் சீதையிடம் சொன்னபோது, நம் வீட்டு பெண்கள் மாதிரியே சீதையும் கடும் சொற்களால் ராமரிடம் வெடித்து விட்டாள்.

“என் அப்பா, உங்களை சிறந்த போர்வீரன் என்று நினைத்து திருமணம் செய்து கொடுத்துவிட்டார். இப்போதுதான் தெரிகிறது, நீங்கள் சேலை உடுத்தாத பெண் (ஸ்திரியம் புருஷ விக்ரஹம்) என்று”

மிகவும் பொறுமைசாலியான ராமர், அந்த நேரத்தில் எதுவும் எதிர் வினை செய்யாமல், அவள் விருப்பப்படியே காட்டுக்கு அழைத்துப் போக சம்மதிக்கிறார். ஆனால், அந்த அக்னி குழம்பு வார்த்தைகள் அவர் அடிமனசில் தங்கி விடுகிறது.

காட்டிலே சூர்பணகையின் மூக்கை லக்ஷமணன் அறுத்துவிட அவள் அலறிக் கொண்டு ஓடிப் போய் தனது சகோதர்களான கர, தூஷணர்களிடம் ராம லக்ஷமணரை பற்றி முறையிடுகிறாள். அவர்கள் தங்கள் பதினாலாயிரம் சேனைகளோடு ராமர் இருக்கும் பர்ணசாலையை

நோக்கி வருகிறார்கள்.

அவர்கள் தூரத்தில் வரும்போதே லக்ஷ்மணர் பார்த்துவிடுகிறார். கண்கள் சிவக்கிறார். "நான் தனி ஒருவனாக இருந்து அவர்கள் அனைவரையும் முடித்துவிடுகிறேன். அண்ணா, அதற்கு அனுமதி கொடுங்கள்" என்கிறார்.

ஆனால் ராமரோ, லக்ஷ்மணரின் வேகத்தை நிதானப்படுத்தி, "லக்ஷமணா, நீ ஒரு காரியம் செய். நான்தான் அவர்களோடு தனி ஒருவனாக இருந்து போரிடப் போகிறேன். நீ, போர் நடக்கும் இடத்திலிருந்து சற்று உயர்வான பாதுகாப்பான தொலைவில், சீதையை சாட்சியாக வைத்துக் கொண்டு வேடிக்கை மட்டும் பார். எனக்கும் உன் அண்ணிக்கும் இடையே, தீர்க்கப்படாத ஒரு பஞ்சாயத்து ஒன்று உள்ளது. அதற்கான அரிய சந்தர்ப்பமாக இந்த போரை நான் பார்க்கிறேன்" என்றார்.

லக்ஷமணரும் அவ்வாறே செய்ய, ராமர் அந்த போரில் எளிதாக கர தூஷணர்களை சம்ஹாரம் செய்தார். ஆனால் போரோ அதி உன்னதமானது. ராமரின் வில்லிருந்து புறப்பட்ட ஒவ்வொரு அம்பும் எதிர் சேனைகளை துவம்சம் செய்ததை பார்த்த சீதை அசந்து போனாள். இதற்கு முன்னால் இப்படிப்பட்ட வில்லாளியை அவள் பார்த்ததே இல்லை.

போர் முடிந்ததும், ஓடி வந்து ராமரை தழுவிக் கொண்டாள். அவரின் புடைத்த தோள்களை கைகளால் தொட்டு வணங்கினாள். தூரத்தில் நின்று பார்த்துக் கொண்டிருந்த லக்ஷமணர் புன்முறுவல் பூத்தார்.

அப்போது ராமர், சீதையின் காதில், "இப்போது புரிகிறதா?, யார் ஸ்திரியம் புருஷ விக்ரஹம் என்று"

சீதை வெட்கி தலை குணிந்தாள் என்று போகிறது ராமாயணம். ராமரே ஆனாலும் அவரும் ஒரு சாதாரண கனவன்தானே. அதான் போட்டு தாக்கி விட்டார்.

இதே மாதிரி சீதை இன்னொரு முறை கடுஞ் சொற்களால் சாடுகிறாள். இந்த முறை அது லக்ஷ்மணனுக்கு.

ராமர் பொன் மானாய் வந்த மாரீசனனை வதம் செய்த போது, அவன் இறப்பதற்கு முன்னால் ராமர் குரலில், "லக்ஷ்மணா, சீதே"

என்று ஓங்கி குரல் கொடுக்கிறான். அதை கேட்ட சீதை கண் கலங்கி லக்ஷ்மணனை உடனே போகச் சொல்லுகிறாள். ஆனால் லக்ஷ்மணனோ, அண்ணன் வரும் வரை அந்த இடத்தை விட்டு அகலக் கூடாது என்று தீர்மானமாக இருக்கிறார்.

அப்போதுதான் சீதை மிகவும் தகாத வார்த்தைகளால் ("அண்ணன் இறந்து போய்விட்டால், என்னை அடைந்துவிடலாம் என்று நினைக்கிறாயோ?") லக்ஷ்மணனை திட்டுகிறாள். லக்ஷ்மணன் வேறு வழியில்லாமல் அங்கிருந்து புறப்படுகிறான் என்று போகிறது ராமாயண கதை.

இந்த இரண்டு அபசாரங்களையும் சீதை மனதில் மீண்டும் கொண்டு வந்து அனுமனிடம் அசோக வனத்தில் வருந்துகிறாள். சீதை ராமரிடம் செய்தது பகவத் அபசாரம். இரண்டாவதாக பரம ராம பக்தனான லக்ஷ்மணனிடம் செய்தது பாகவத அபசாரம். "இரண்டுக்குமே தண்டனை அனுபவித்து விட்டேன்", என்கிறாள்.

அந்த காட்சியில் இன்னும் மிக ரசனையான சில விஷயங்கள் இருக்கின்றன.

இராவணன் அழிந்து ராமர் போரில் வெற்றி பெற்றதும், அந்த சேதியை சீதையிடம் சொல்ல அனுமன் அசோக வனத்திற்கு வருகிறார். 'ராமஜெயம்' என்று ஒன்றை சொல்லால் வெற்றி செய்தியை அறிவிக்கிறார் சொல்லின் செல்வர்.

அப்போது சீதையை சுற்றியிருந்த அரக்கிகளை அனுமன் பார்க்கிறார். அவர்கள் சீதைக்கு இதுவரை கொடுமைகளை மனதில் ஓட்டிப் பார்க்கிறார். கோபம் கொள்கிறார்.

"தாயே, எனக்கு நீங்கள் ஒரு அனுமதி கொடுக்க வேண்டும். இந்த அரக்கிகள் அனைவருக்கும், உணவு என்ன பாடு படுமோ அதை தண்டனையாக கொடுக்க விரும்புகிறேன்" என்கிறார்.

நெல் நன்கு முற்றியதும் அதன் தாளோடு அறுக்கப்படுகிறது. பின்பு கல்லில் ஓங்கி ஓங்கி அடிக்கப்பட்டு நெல் மணிகள் பிரிக்கப்படுகின்றன. அதன் பின்பு உரலில் போட்டு இடிக்கப்படுகிறது. அரிசியை தனியாக பிரிக்க முறத்தில் போட்டு புடைக்கப்படுகிறது. பிறகு அரிசியை நீரில் களைந்து தீயில் வைத்து சமைக்கப்படுகிறது. சமைத்த உணவு நம் வாயில் போடப்பட்டு பற்களால் அறைக்கப்படுகிறது. இந்த மாதிரி ஒரு உணவு பொருள் ஆறு விதமான அவஸ்தைகளை பெறுகிறது என்று

சாஸ்திரம் சொல்லுகிறது.

மொத்த ராமாயணத்தில் ஒரே ஒருமுறைதான் அனுமன், ‘‘குரங்கே (ப்லவங்கம) என்று திட்டு வாங்குகிறார். அது இங்குதான். இனி வருவது சீதை சொல்லும் சரம ஸ்லோகமாக பார்க்கப்படுகிறது.

‘‘குரங்கே, இந்த உலகில் தவறு செய்யாதவர்கள் யாரும் இல்லை. மனுஷ்யர்களாக பிறந்தவர்கள் ஏதாவது ஒரு சில சந்தர்பங்களில் கர்ம பலன்களினால் தவறுகள் செய்துவிடுகிறார்கள். பாபம் செய்தவர்களுக்கு இறப்பே தண்டனையாக இருந்தாலும் அறம் பேணுபவர்கள் அவர்களை கருனையோடு அனுக வேண்டும்.’’

இங்கு ஒரு ரசனை பரிமளிக்கிறது. ராமர் கூட தன்னிடம் சரண-டைந்தவர்களுக்குத்தான் கதி கொடுத்தார். ஆனால் நம் தாயாரோ, ஒரு படி மேலே போய், பாபத்தில் உழல்கின்ற, தான் செய்து கொண்டிருப்பது தவறு என்று அறியாத மனுஷ்யர்களுக்கும் தயை காட்டுகிறார். அவர்-களை திருத்தி பணி கொள்வதுதான் சரியான தெய்வாம்ச தர்மம் என்-கிறாள் நம் நிலமகள்.

இவ்வளவும் சொன்ன தாயார், அனுமனுக்கு இன்னும் விளக்குகிறார்.

‘‘நான் கூடத்தான் பல தவறுகள் செய்திருக்கிறேன். ராமரை ஸ்தி-ரியம் புருஷ விக்ரஹம் என்று சொல்லி பகவத் அபசாரம் செய்தேன். லக்ஷ்மணனையும் கடும் சொற்களால் கூறி பாகவத அபசாரம் செய்-தேன். ஏன், ராமரும், லக்ஷ்மணருமே தவறுகள் செய்திருக்கிறார்களே? அது ஏன், நீ கூட தவறு செய்திருக்கிறாய்’’ என்றார்

அனுமன் அதிர்ந்தே போனார். சீதை மீண்டும் தொடர்ந்தாள்.

‘‘நான்தான் பொன்மானுக்கு ஆசைப்பட்டு கேட்டேன். அவருக்கு எங்கே புத்தி போனது? எப்படி பதி தர்மத்தை கடைபிடிக்காமல் என்னை தனியாக விட்டுவிட்டு மானை தேடி போகலாம்? அதே மாதிரி, நான் என்னவோ கடுஞ்சொற்களால் லக்ஷ்மணனை திட்டிவிட்டேன். அவருக்கு எங்கே புத்தி போனது? எப்படி இருவருமே என்னை தனியாக காட்டில் ஒரு பர்ணசாலையில் விட்டுவிட்டு போகலாம்? எந்த தர்ம ஸாஸ்திரம் அதற்கு இடம் கொடுக்கிறது?’’

‘‘அது போகட்டும். சரி, உன் விஷயத்துக்கு வருகிறேன். அரக்கர்கள் உன் வாலில் தீயை வைத்தார்கள். அதற்கு நீ என்ன செய்தாய்? லங்கா நகருக்கு தீ வைத்தது எந்த விதத்தில் ஞாயம்? அவர்கள் உனக்கு எந்த

தீங்கும் விளைவிக்கவில்லையே? அவர்கள் இராவணன் ஆளும் நாட்டில் இருப்பதே ஒரு பிழையா?''

''இந்த அரக்கிகளும் அவர்களை போன்றவர்கள்தான். அவன் ராஜா என்ன கட்டளை போட்டிருக்கிறானோ அதை சரியாக செய்து வருகிறார்கள். தன் ராஜா அறவழியில் செல்லவில்லை என்பதை அறியாதவர்களாக இருக்கிறார்கள். அவர்களை மன்னித்து, திருத்தி பணி கொள்வதுதான் ஒரு சாத்வீகனுக்கு அழகு''

அனுமன் பேச்சற்று போனான். தாயார் கால்களில் வீழ்ந்து வணங்கினான். நாமும் வணங்குவோம்.

''கை வண்ணம் அங்கு கண்டேன், கால் வண்ணம் இங்கு கண்டேன்'' என்று ராமரை பார்த்து விஸ்வாமித்திரர் சொல்வதான கம்பன் வரிகள் நமக்கு தெரிந்திருக்கலாம். அங்கும் கம்பநாடன் தன் இலக்கிய ரசனையை பக்தி விசாரத்தில் கலந்திருக்கிறார்.

அந்த செய்யுளில், 'மை வண்ணத்து அரக்கி போரில், மழை வண்ணத்து அண்ணலே' என்பதிலிருந்து நாம் பார்க்கலாம்.

தாடகையும் கருப்பு. ராமரும் கருப்பு. ஆனால் கம்பநாடன் தாடகைக்கு எதிர்மறை சிந்தனை குறியீடான மை என்பதை பயன்படுத்துகிறார். மை போட்டு பார்த்தல் என்பதெல்லாம் சம்ஹாரத்தில் சேர்த்தி அல்லவா? ஆனால் மழை மேக கருப்பு என்பது நேர் சிந்தனையின் குறியீடு. மழை என்பது மக்களின் கொடையல்லவா? அதனால்தான் ராமர் கார்மேக வர்ணன்.

சரி, கை வண்ணம் கால் வண்ணத்துக்கு வருவோம். சாதாரணமாக கைகள்தான் கட்டி அனைக்கும். கால்கள் உதைக்கும். ஆனால் ராமரோ வியப்பான காரியம் செய்தார். தன் கைகளின் திறமையால், விற்போரில் தாடகையை கொன்றார். ஆனால் தன் பாதார விந்தத்தால் அகலிகைக்கு சாப விமோசனம் கொடுத்தார். அதைத்தான் கண்டு விஸ்வாமித்திரர் வியந்தார்.

நாம் சாப்பிடும் வாழை இலை இரண்டு பாகமாக இருக்கிறது அல்லவா? அதற்கும் இராமாயணத்தில் காரணம் சொல்லப்பட்டிருக்கிறது.

ராமர் இலங்கை வெற்றியை முடித்துக் கொண்டு, அயோத்தியா திரும்பும் வழியில் பரத்வாஜர் ஆஸ்ரமத்தில் ஒரு நாள் இளைப்பாறுகிறார். அந்த சமயத்தில் 14 ஆண்டுகள் வனவாசம் முடியும் நேரம்

நெருங்குகிறது. பரதனோ, ராமர் 14 ஆண்டுகள் கழித்து திரும்பி வரவில்லை என்றால் தீ குளித்துவிடுவேன் என்று ஆரம்பத்திலேயே சபதம் செய்திருக்கிறார். இருந்தாலும் கடந்த 14 ஆண்டுகளில் பரதன் மனதில் ஏதாவது மனமாற்றம் ஆகியிருக்கலாம் அல்லவா?

ராமர் அனுமனை அழைத்து, "நீ உடனே அயோத்தியா போ. ஆனால் நீ வந்திருப்பது யாருக்கும் தெரியக்கூடாது. பரதன் தன் எண்ணத்தில் உறுதியாக இருந்து, தீ வளர்த்துக் கொண்டிருந்தால், நான் திரும்பி வருவதாக சொல்லு. இல்லையேல், நீ எதுவும் சொல்லாமல் திரும்பி வந்துவிடு" என்றார்.

அனுமனும் அவ்வாறே போனார். அங்கு பரதன் தீ வளர்த்துக் கொண்டு எப்போது வேண்டுமானாலும் பாய்வதற்கு தயாராக இருந்தார். அனுமன், ராம ஜெயத்தை சொன்னதும், தீ அனைக்கப்பட்டது. அனைவரிடமும் ஆனந்தம் கொப்பளித்தது.

அனுமன் நல்ல சேதியோடு திரும்பி வருவதற்குள் அனைவருக்கும் உணவு பரிமாரபட்டுவிட்டது. அனுமனை கண்டதும் அவருக்கு இலை போட ஆளாளுக்கு பறந்தார்கள். ஆனால் ராமரோ, "அனுமனுக்கு தனி இலை வேண்டாம், என்னோடு ஒரு இலையிலேயே உணவு அருந்தட்டும்" என்றார்.

அனுமனோ தயங்கினார். அதை கண்ட ராமர் தன் விரல்களால் வாழை இலையின் நடுவே ஒரு கோடு போட்டார். "வாயு புத்திரனே, வா. நீ இந்த பக்க இலையில் உள்ளதை உண். நான் என் பக்கம் உள்ள பகுதியில் உணவை உண்கிறேன்" என்றார்.

அணில்களுக்கு ராமர் விரல்களால் எப்படி மூன்று கோடுகள் வந்தனவோ, அதே மாதிரி வாழை இலைக்கும் அப்போதிலிருந்து நடுவே நரம்பு வந்துவிட்டது.

இதில் இரண்டு நுட்பமான கருத்துக்கள் உள்ளன. முதலாவது, ராமர் தனது பக்தர்களை சரிசமமாக பாவிக்கிறார். இரண்டாவது விலங்கு, மனிதன் என்கிற பேதத்ததை விட்டொழித்து பல் உயிர் ஓம்புதல், சர்வம் ப்ரும்மயம் என்கிற அத்வைத கருத்தை வலியுறுத்துகிறார்.

அனுமன் உடம்பு முழுவதும் ஏன் சிந்தூரம் பூசப்படுகிறது என்பதற்கும் ஒரு அழகான காட்சி ராமாயணத்தில் இருக்கிறது.

ஒரு முறை தன் தாயாரான சீதை தன்னை அலங்கரித்து கொள்வதை வைத்த கண் வாங்காமல் ஆனந்தமாக பார்த்துக் கொண்டிருந்தார் அனுமான். எல்லா அலங்காரமும் முடிந்த பிறகு, சீதை ஒரு பொட்டு சிந்தூரத்தை எடுத்து தன் வலது கை மோதிர விரலால் தன் நெற்றியில் கூந்தல் வகிட்டின் நுனியில் வைத்துக் கொண்டதை பார்த்தார் அனுமார். உடனே அதற்கு காரணம் கேட்டார். சீதை, "முன் நெற்றி வகிட்டின் நுனியில் சிந்தூரம் வைத்துக் கொண்டால், ராமருக்கு நீண்ட ஆயுளை கொடுக்கும்" என்றார்.

பார்த்தார் அனுமார். "ராமருக்கு நீண்ட ஆயுள் வேண்டுமென்றால், ஒரு பொட்டு என்ன, உடம்பு முழுவதும் சிந்தூரம் பூசிக் கொள்வேனே" என்று சொல்லி அங்கிருந்த அனைத்து சிந்தூரத்தையும் எடுத்து தன் மேனி முழுவதும் அப்பிக் கொண்டார். அன்றிலிருந்து அனுமனுக்கு சிந்தூரம் பூசுவது வழக்கமாகி விட்டது. இன்றும் அவர் அர்சாவதார மூர்த்திக்கு தொடர்கிறது.

ராமாயணத்தில் ராமர் ஏன் வாலியை மறைந்திருந்து கொன்றார் என்ற கேள்வியை வைத்து பல பட்டிமன்றனகள் நடந்திருக்கின்றன. ஏதோ வாலிக்கு எதிராக யார் போரிட்டாலும், அவர்களின் பாதி பலம் வாலிக்கு வந்து விடும், அதனால்தான் ராமர் மறைந்திருந்து கொன்றார் என்ற பேச்சும் நம் வழக்கில் இருக்கிறது. இது முற்றிலும் தவறானது. பாதி என்ன, 99 சதவிகித பலத்தை வாலி எடுத்துக் கொண்டாலும், ஒரு சதவிகித பலம் ராமருக்கு போதுமானது, அவன் கதையை முடிக்க. பலம் என்றைக்குமே போரின் வெற்றியை தீர்மானிப்பதில்லை. கௌரவ சேனைதான் மிக பலம் வாய்ந்த சேனை. ஆனால் பாரத போரில் பாண்டவர்களுக்குத்தானே வெற்றி கிடைத்தது.

வாலி ராமரால் வீழ்த்தப்பட்டவுடன், தன் நெஞ்சில் சொருகியுள்ள அம்பின் நுனியை பார்க்கிறான். அது ராம பாணம் என்று தெரிகிறது. சிறிது நேரத்தில் ராமர் அவன் முன்னால் தோன்றுகிறார். முதலில் தன் பராக்கிரமங்களை சொல்லி (அக்கிரமங்களை தவிர்த்து), சுக்ரீவனை இகழ்ந்து பேசிவிட்டு, ராமரிடம் ஆறு கேள்விகள் கேட்கிறான். அந்த கேள்விகளையும், பதில்களையும் பார்ப்போம்.

கேள்வி 1: ராமா, எனக்கும் உனக்கும் எந்த பகையும் இல்லையே. நீயோ உயர்ந்த இக்ஷ்வாகு குலத்தவன். நானோ ஒரு தனிக்காட்டில்

வசிக்கும் குரங்கு ராஜா. என்னை ஏன் கொன்றாய்?

பதில் 1: இந்த காடு அயோத்தியா சக்ரவர்த்தி குடையின் கீழ் வருகிறது. அதன் தற்போதைய ராஜா என் தம்பி பரதன். அவன் ஆட்சி பகுதியில் எந்த ஒரு குறு நில ராஜா தவறு செய்தாலும், தண்டிக்க அண்ணனான எனக்கு உரிமை உள்ளது.

கேள்வி 2: உனக்கு என்னை தெரியாது, எனக்கு உன்னை தெரியாது. பிறகு ஏன் கொன்றாய்?

பதில் 2: தவறு செய்தவன் என்கிற போது அவன் தெரிந்தவன், தெரியாதவன் என்று பார்க்க வேண்டிய அவசியம் இல்லை. தண்டனைதான் தீர்வு.

கேள்வி 3: நீயோ மனிதப்பிறவி. உன் தர்மங்களையெல்லாம், என் மாதிரியான குரங்கு ஜன்மத்தில் எப்படி பொருத்தி பார்க்கலாம்?

பதில் 3: மனிதன் என்றாலும், குரங்கு என்றாலும், தம்பி உயிரோடு இருக்கும் போது அவன் மனைவியை அபகரித்துக் கொள்வது தண்டனைக்குறிய குற்றம். தவிர, மனுஷய ராஜ தர்மப்படி மிருகங்களை வேட்டையாடுவது சரிதான்.

கேள்வி 4: வேட்டையாடுவது உனது ராஜ தர்மம் என்றால் கூட, என் மாமிசமோ, தோலோ, நகமோ, எலும்போ உனக்கு உதவப் போவதில்லையே?

பதில் 4: என் மன மகிழ்ச்சிக்காகவோ அல்லது பயிற்சிக்காகவோ அல்லது இரை என்பதற்காகவோ நான் உன்னை கொல்லவில்லை. நான் உன்னை கொன்றது உன் அதர்ம செயலுக்காக. உன் அஹங்காரத்தை அடக்குவதற்காக.

கேள்வி 5: நான் எந்த தர்மத்தையும் மீறவில்லை. என்னை கொன்றது சரி என்று எந்த இடத்தில் உன் மனுதர்மம் சொல்லுகிறது?

பதில் 5: தம்பியின் மனைவி உனக்கு மருமகளை போன்றவள். உனக்கு இதில் தர்ம சந்தேகம் வந்திருந்தால் ரிஷிகளிடம் போய், வினயத்துடன் கேட்டிருக்க வேண்டும். அதை விட்டுவிட்டு உன் அஹங்காரத்தால், நீ என்ன நினைக்கிறாயோ அதுதான் தர்மம் என்று தீர்மானித்துவிட்டாய். இரண்டாவது, உன் தம்பி, 'தவ்று செய்துவிட்டேன், என்னை மன்னித்துவிடு' என்று உன் காலில் விழுந்து சரண் அடைந்தான். நீ அதற்கு செவி சாய்க்கவில்லை. இரண்டுமே ராஜ தர்மத்துக்கு இழுக்கானது.

கேள்வி 6: என்னை ஏன் மறைந்திருந்து கொன்றாய்?

பதில் 6: நான் மனிதன், நீ விலங்கு. மனிதன் விலங்கை வேட்டையாடும் போது நேருக்கு நேர் நின்று வேட்டையாட வேண்டும் என்று எந்த தர்ம சாஸ்திரத்திலும் சொல்லவில்லை.

இந்த ஆறு பதில்களிலும், வாலி திருப்தி அடைந்தான் என்றும், தன் மனைவி தாரையையும் மகன் அங்கதனையும் நன்கு பார்த்துக் கொள்ளுமாறு தன் தம்பி சுக்ரீவனிடம் சொல்லிவிட்டே வாலி உயிரை விட்டான் என்பதுதான் அன்று நடந்த கதை.

அஹங்காரம் எப்படி நம்மை பாடாய் படுத்துகிறது என்பதை வாலி, சுக்ரீவர்களிடம் பார்க்க முடியும்.

சுக்ரீவனுக்கு தான் வாலியிடம் வாங்கிய அடியை இன்னும் மறக்க முடியவில்லை. ராமரோடு சிநேகம் வந்த பிறகும் கூட, அவனுக்கு ராமரின் பராக்கிரமத்தின் மேல் சந்தேகம் வந்து விட்டது. ஏழு மரங்களை காட்டி அதை ஒரே அம்பில் வீழ்த்த முடியுமா என்று ராமருக்கே தேர்வு வைத்தான்.

பார்த்தார் ராமர். அவன் எதிர்பார்பை பூர்த்தி செய்தார். ஆனால் அந்த அஹங்கார பேச்சை மறக்கவில்லை. முதல் முறை வாலியோடு சுக்ரீவன் சண்டை போடும் போது, சும்மா இருந்துவிட்டார். ரணகளமாய் சுக்ரீவன் திரும்பி வந்தான். காரணம் கேட்டான். “இரண்டு குரங்கில், எது வாலி, எது சுக்ரீவன் என்று தெரியவில்லையே, நான் என்ன செய்ய?” என்றார் ராமர். இது சுக்ரீவனுக்கு புரிந்ததோ இல்லையோ, நமக்கு புரிந்தால் சரி. அஹங்காரம் உச்சம் கொள்ளும்போது நிச்சயம் அடி விழும். ஒரு அம்பால் இந்த உலகத்தையே சாய்கக் கூடிய ராமருக்கு, இரண்டு குரங்கில் எது சுக்ரீவன் என்று கண்டுபிடிக்க தெரியாதா என்ன?

அடுத்து வாலி. இரண்டாம் முறை சண்டைக்கு சுக்ரீவன் கூப்பிடுகிறான். வாலி உணர்ச்சிவசப்பட்டு, கதையை தூக்கிக் கொண்டு புறப்படுகிறான். அவன் மனைவி தாரை தடுக்கிறாள். இரண்டு காரணங்கள் சொல்லுகிறாள். முதலில், நேற்று படு பயங்கரமாக தோற்றவன், இன்று மீண்டும் வந்து சண்டைக்கு கூப்பிடுகின்றான் என்றால், இன்று ஏதோ ஒரு விஷயம் இருக்கிறது என்பதை யோசித்துப்பார். இரண்டாவது, கிஷ்கிந்தையின் காட்டு பகுதியில், கோசல ராமனும் அவன் தம்பி-

யும் வந்திருப்பதாக தகவல்கள் வந்திருக்கின்றன. ஜெயிக்கவே முடியாத அயோத்தி என்று பெயர் பெற்ற அந்த நாட்டை சேர்ந்தவர்கள் அவர்கள். அவர்களிடம் தெய்வாம்சம் இருப்தாக கேள்விப்பட்டேன். இதையும் கொஞ்சம் யோசி'' என்றாள்

ஆனால் வாலியின் அஹங்காரம், புத்திக்கு வேலை கொடுக்கவில்லை. முன்பே அது பல அதர்மங்களை செய்ய தூண்டியது. அதுவே அவனை படுகுழியில் தள்ளிவிட்டது.

வாலி ராமரிடம் கேட்ட கேள்விகள் மாதிரியே தண்டகாரண்யதில் ராமர் இருந்தபோது, ஜாபாலி என்கிற ஒரு முனிவர் அடுக்கடுக்காக கேள்விகளை ராமர் முன் வைக்கிறார். அதற்கு ராமரும் பதில் சொல்லுகிறார். அவைகளை நாம் சற்று கவனிப்போம்.

ஜாபாலி முனிவர் சொல்வது மாயாவாதம் என்கிற சார்வாக கொள்கையை அடிப்படியாக கொண்டது என்று சொல்லுவார்கள். ஜாபாலி சொல்லுகிறார், ''ராமா, இந்த உலகில் யாரும் யாருக்கும் உறவு கொண்டவர்கள் இல்லை. நாம் எல்லோரும் தனித்தனியேதான். நம் பிறவி என்பது ஒரு வழிப் போக்கன் மாதிரிதான். நாம் சந்திக்கும் மற்றவர்கள் அனைவருமே சக பிரயாணிகள். நாம் பயணித்துக் கொண்டே இருந்து, இருப்பதை அனுபவிக்க வேண்டும். இந்திர சபை மாதிரி அயோத்தியா இருக்கிறது. அதை நீ ஏன் விட்டு விலக வேண்டும்? அதை தடுப்பவர்கள்தான் விலக்கப்பட வேண்டும். உன் அப்பா உன் உயிருக்கு விதை மட்டுமே. உன் அம்மா அதை தன் கர்பத்தில் சுமந்தாள். இது மிகவும் தற்செயலானது. அதற்கு அவர்கள் சொந்தம் கொண்டாட முடியாது. அவர்களும் நாமும் இறந்த பிறகு எல்லாம் முடிந்துவிடுகிறது. அவர்களின் ஈம சடங்குகளுக்காக நீ அளிக்கும் உணவு அனைத்தும் வீணாகிறது. அவர்கள் அதை சாப்பிடவா முடியும்? அவர்கள் அடுத்த பிறவி எடுத்துவிட்டால் நீ கொடுப்பது எப்படி அவர்களுக்கு போகும்? உயிரோடு இருப்பவர்களுக்கு திதி கொடுப்பது தப்பல்லவா? எனவே எல்லாவற்றையும் விட்டு தள்ளிவிட்டு, பரதன் கூற்றுப்படி மீண்டும் அயோத்தியாவுக்கு வந்த நாட்டை ஆள்வாயாக'' என்கிறார்.

ஆனால் ராமர் மிக தெளிவாக ஜபாலியின் வாதங்களை மறுத்து பேசுகிறார். ''முனிவரே, உங்களது அனைத்து வாதங்களுமே தர்ம சாஸ்திரங்களுக்கு முரணாக இருக்கின்றன. நான் ஒரு சாதாரண மனிதன்

அல்ல. ரகு வம்சத்தில் உதித்தவன். வேதங்களில் சொன்ன உண்மைத்தன்மையை நிலை நாட்ட வந்தவன். அதற்கு புறம்பாக யோசிப்பதே அதர்மமாகும். ஒரு மானுடனாக தர்ம ஸாஸ்திரங்களில் என்ன சொல்லப்பட்டிருக்கிறதோ அதை நான் செய்துதான் ஆக வேண்டும். தான்தோன்றித்தனமாக நடந்து கொள்பவர்களுக்கு நேர்மையாளர்களிடமிருந்து மரியாதை கிடைக்காது. ஒருவனின் நற்செயலே அவனுக்கு நம் மதிப்பை கொடுக்கும். நாம் உதாரண புருஷர்களாக வாழ்ந்து காட்ட வேண்டும். சத்தியம்தான் சுவர்கத்துக்குக்கான பாதையை காட்டுகிறது. பாவ காரியங்கள் நரகத்தில் தள்ளிவிடும். இந்திரியங்களால் வசப்பட்ட உடல் பாபகாரியங்களை செய்ய தூண்டும். அதை மனசு ஏற்கும். பிறகு அதை நாக்கு பேசும். அதற்கு நாம் இடம் கொடுக்கலாகாது. என் அப்பாவுக்கு ஒரு வாக்கு கொடுத்துவிட்டு வந்திருக்கிறேன். அதை பாதுகாப்பதுதான் என் தர்மம்.'' என்று இவ்வளவும் சொன்ன ராமர் பிறகு ஜாபாலி முனிவரின் மீது கோபப்படுவதாக வால்மீகி ராமாயணத்தில் வருகிறது.

வசிஷ்டர் பிறகு இடைமறித்து, ‘‘ஜாபாலி, உன்னிடமிருந்து தக்க பதில்களை வாங்கவே அவ்வாறு கூறினார்'' என்று சொல்லி ராமரை சமாதானப்படுத்துகிறார்.

இனி ராமாயணத்தில் கம்பனின் தனித்தன்மையான அருங்கனிச் சுவையை ரசிப்போம்.

வால்மீகி ராமாயணத்திலிருந்து கம்பர் பலவாறு வேறுபட்டிருக்கிறார். அவைகளில் அவர் மொழித்திறன், கற்பனை வீர்யம், தமிழர் பண்பாடு ஆகியன மிளிர்கின்றன. சிலவற்றை கீழே பார்ப்போம்

ராமர் தண்டகாரண்யத்தில் சீதையை தனியாக விட்டுவிட்டு மானை தேடிச் சென்றதை வால்மீகி கூட சீதை புலம்பலில் மட்டுமே வைத்திருக்கிறார். ஆனால் கம்பர் அதை ஜடாயு மூலமாக ராமரிடமே நேரடியாக போட்டு உடைக்கிறார்.

கம்பராமாயணத்தில், ஜடாயு ராவணனால் அடிப்பட்டு சாகும் தருவாயில் கிடக்கிறார். அங்கு ராமர் வருகிறார். ஜடாயு, சீதையை ராவணன் கவர்ந்து சென்றது, அவர் சண்டையிட்டது, அந்த போரில் தான் தோற்றது எல்லாவற்றையும் சொல்கிறார்.

அறம் பேனும் ஜடாயு, ராமரின் பிழையை அவரிடம் நேரடியாக சொல்லாமல் இறக்க விரும்பவில்லை. எப்படி நில மகளை காட்டில்

தனியாக விட்டுவிட்டு மானைத் தேடிச் சென்றதை, கண்டிக்காமல் விட-முடியும் என்பதில் தீர்மானமாக இருக்கிறார். “கொம்பிழை மானின் பின் போய் குலப்பழி கூடிக் கொண்டீர்’, என்று சொல்லி அதை குலப்பழி என்று சாடுகிறார். தவறு தெய்வமே செய்தாலும் தவறு தவறுதான் என்பதை கம்பன் ஆணித்தரமாக எடுத்து வைக்கிறார். நெற்றிக்கண் திறந்தாலும் குற்றம் குற்றம்தான் என்பதுதானே தமிழரின் மாண்பு?

அதேமாதிரி, ராவணன் சீதையின் முடியை பிடித்து இழுத்துச் சென்றதாக வால்மீகி ராமாயணத்தில் வருகிறது. லக்ஷ்மணன் ஒரு கோடு போட்டார் என்பதும் அங்கு கிடையாது. வால்மீகி ராமாயணத்தை தொடர்ந்து வந்த மற்ற ராமாயணங்களில் லக்ஷ்மணன் ரேகை காட்சி வருகிறது. அங்கு கூட சீதை லக்ஷ்மண ரேகையை தாண்டி வரவும், ராவணான் தலை முடியை பிடித்து இழுத்து கவர்ந்து சென்றான் என்றுதான் வருகிறது.

தமிழ் பண்பாட்டோடு ஒப்பிட்ட கம்பருக்கு சீதையை தரதரவென ராவணன் இழுத்து செல்வது சரியாக படவில்லை. மானுட ரூபம்தான் சீதை என்றாலும் நம் தாயார் அல்லவா? எனவே தனது ராமாயணத்தில், ராவணன், சீதையை பர்ணசாலையோடு வைத்து பெயர்த்து சென்றான் என்று காட்சி அமைத்தார்.

வாலி இறந்ததும், சுக்ரீவன் வாலி மனைவி தாரையை தன் மனைவிகளில் ஒருத்தியாக்கிக் கொண்டான் என்கிறன மற்ற ராமாயணங்கள். ஆனால், கம்பருக்கு அது பண்பாட்டு இழுக்காக பட்டிருக்கிறது. எனவே, அவளுக்கு தாய் ஸ்தானம் கொடுத்துவிடுகிறார். அண்ணன் மனைவி தாய்க்கு சமானம் என்பது தமிழர் பெருமையல்லவா?

முன்பின் தெரியாமல் திருமணம் செய்து கொள்வதில் கம்பனுக்கு ஒப்புதல் இல்லை. காவிய நாயகனும், நாயகியும் கண்ணோடு கண் கலக்காமல் கதை எழுதுவது வீண் என்று நினைத்துவிட்டார் போலும். அண்ணலும் நோக்கினான். அவளும் நோக்கினாள் என்று ஒரு காட்சியை வைத்துவிட்டார். இந்த காட்சி வால்மீகி ராமாயணத்திலோ, அல்லது மற்ற ராமாயணங்களிலோ இல்லை.

ராம கதையில், வேதாந்த தத்துவ விசாரங்களை கலந்து, தன் கற்பனா சக்திகளை கொட்டி, தெள்ளு தமிழில் ஒரு அமிர்த கலசத்தையே கொணர்ந்த கம்பன், தான் ஒரு சிறு பூனை என்றும் ராம காவியம் என்பது ஒரு திருபாற்கடல் என்றும் வர்ணிக்கிறார். அந்த அஹங்காரம்

அற்ற தன்மைதான் அவரின் சிறப்பு.

எல்லாவற்றுக்கும் சிகரமாக இருப்பது, அவர் அமைத்த முதல் பாடல்தான். கிரிகெட் விளையாட்டில் முதல் பந்திலேயே சிக்ஸர் அடிப்பார்களே, அதே மாதிரி கம்ப ராமாயணத்தின் முதல் பாடல் தெவிட்டா தேன் சுவை என்றே சொல்லலாம்.

ராமாயணம் எழுதிய பலரும், வால்மீகி என்ன முதல் பாடல் (கடவுள் வணக்கம்) வைத்தாரோ அதை ஒட்டியே எழுதினார்கள். ஆனால் கம்பன் கையாண்டது ஸ்ரீமத் பாவதத்தின் முதல் பாடலை ஒட்டி. அதில் புருஷ சூக்தத்தின் சில தத்துவங்களை. வேத வேதாந்தங்களில் உள்ள விசாரங்களை, விஷ்ணுசஹஸ்ரநாமங்களின் சில அர்த்தங்களை சேர்த்தார். ஆனால் ஒரு குறிப்பிட்ட தெய்வம் என்று சொல்லாமல், ஒரு பரம்பொருள் என்றவாறே முடித்துவிட்டார்.

எல்லோரும் கடவுள் வாழ்த்து பாடுவார்கள். இல்லையேல் வணக்கம் என்று சொல்லுவார்கள். ஆனால் கம்பர் இங்கும் மிளிர்கிறார். அதை கடைசியில் சொல்கிறேன்.

உலகம் யாவையும் என்பதில் வெறும் இந்த பூ உலகம், இல்லையேல் இக, பர என்பதான மண்ணுலகம், விண்ணுலகம் என்று நிறுத்திக்கொள்ளாமல் இரேழு பதினாலு லோகங்கள் (பூ, புவ, சுவ, மஹ, தப, ஜன, சத்ய, அதள, விதள, சுதள, ராசாதள, தாலாதள, மஹாதள, பாதாள) அண்ட சாராசரங்கள் என்பதை அடக்கியிருக்கிறார்.

விஷ்ணுசஹஸ்ரநாமத்தில் விஷ்வகர்மா மனு த்வஸ்டா என்கிற ஸ்லோக வரிகளில் மனு என்பதற்கு, பகவான் தன் சங்கல்ப சக்தியினாலே இந்த அண்ட சாரசரங்களை படைத்தார் என்பதாகும். உபநிஷத்துக்களும் இதையே சொல்லுகின்றன. இதை அப்படியே தாமுளவாக்கலும் என்று சொல்லிவிட்டார் கம்பர்.

அடுத்து புருஷ சூக்த மத்திரத்தின் முதல் ஒரு சில வாக்கியங்களில் இந்த பிரபஞ்சம் எப்படி உருவாகிறது, நிலைபெறுகிறது, அதன் பின் எப்படி நீங்கும் போது தனக்குள் ஒடுங்குகிறது என்பதை விவரிக்கிறது.

பிரபஞ்சம் தனக்குள் ஒடுங்குவதை ஸ்ரீமத் பாகவதமும், உபநிஷத்துக்களும் சிலந்தியின் (ஊர்ண நாபி) செயலுக்கு ஒப்பிட்டு சொல்லுகின்றன.

சிலந்தி தனது வலையை பின்ன, தன் வாயிலிருந்து ஒரு பிசினை உருவாக்கும். அதே மாதிரி எந்த பகுதி தேவையில்லையோ, அந்த பகு-

தியில் தான் வெளிப்படுத்திய பிசினை தன் வாயினுள் இழுத்துவிடும். இதில் மிகப் பெரிய தத்துவ விசாரம் இருக்கிறது. இல்லாமல் இருந்தது (சிலந்தியில் வாய்குள்ளே), இருந்தது (சிலந்தி வலையாக), இல்லாமல் போனது (சிலந்தி மீண்டும் தன் வாய்க்குள் இழுத்துக் கொண்டதும்) ஆகிய மூன்று நிலைகள் இருக்கின்றன.

நம் கைகளில் உள்ள பத்து விரல்களால் எண்ணிப்பார்க்க முடியாத அளவுக்கு ஆயிரக்கணக்கான தலைகள், கண்கள், பாதங்கள் என்று பிரமாண்டமாய் இருக்கிறார் பரம புருஷர் என்கிறது புருஷ சூக்தம், இதைதான் கம்பர் அலகிலா விளையாட்டுடையான் என்று குறிப்பிடுகி-றார்.

அடுத்த இரண்டு வார்த்தைகளில் யார் தலைவர் என்பதை நம்மை தேடிக் கண்டுபிடிக்கச் சொல்லுகிறார். தத்வ மசி என்கிற சனாதன தத்-துவத்தை போல நீ தேடி கண்டுபிடித்து என்னவாக நினைக்கிறாயோ அவ்வாறே உனக்கு தெரிவார் அந்த தலைவர் என்கிறார் கம்பர்.

எனக்கு தெரிந்து எந்த ஒரு இலக்கியவாதியும் தன் கடவுள் வாழ்த்-துப்பாடலில் சரணாகதி தத்துவத்தை சொன்னதாக தெரியவில்லை. ஆனால் கம்பரோ, விராட புருஷரரின் எல்லா மாஹாத்மியங்களையும் சொல்லிவிட்டு, அன்னவர்கே சரண் நாங்களே என்று தன்னையும், என்-னையும், உங்களையும், எல்லாரையும் அகிலாண்ட கோடி பிரமாண்ட நாயகரின் காலடியில் சரணாகதி செய்ய வைத்துவிடுகிறார். வாழ்த்துக்-கள், வணக்கங்கள் எல்லாம் அப்புறம். முதலும் கடைசியுமாக சரணக-திதான் என்கிறார். கம்பன் என்றால் என்ன சும்மாவா?

இனி மஹாபாரதத்தில் சில ரசனையான காட்சிகளை பார்ப்போம்.

மஹாபாரத போர் முடிந்து, ஆட்சியை அபிமன்யுவின் மகன் பரிக்ஷித்திடம் ஒப்படைத்துவிட்டு பஞ்ச பாண்டவர்கள் மற்றும் திரௌபதி ஆகியோர் சுவர்காரோஹனம் என்ற பாதையில் நடக்கிறார்கள். அது பத்ரிநாத மலைபாதையில் மானா என்கிற கிராமத்துக்கு அருகிலிருந்து துவங்கும் பாதை. மிகவும் கரடுமுரடான பாதை. நீண்ட நாட்கள் தொடர்ந்து பயணிப்பது என்பது சாமான்யர்களால் முடியாத விஷயம். போகிற வழியிலேயே திரௌபதியில் தொடங்கி ஒவ்வொருவராக வீழ்கி-றார்கள். கடைசியில் தருமர் மட்டுமே மிஞ்சுகிறார். ஆனால் கூடவே ஒரு நாயும் அவரோடு தொடர்ந்து பிரயாணித்து வருகிறது.

ஒரு கட்டத்தில் தருமரை நேரடியாக மானிட உடலோடு சுவர்க லோகம் அழைத்து போக புஷ்பக விமானம் வருகிறது. தருமர் அந்த விமானத்தில் ஏற எத்தனிக்கிறார். அப்போது அந்த நாய் ஒரு கோரிக்கை வைக்கிறது.

“தருமரே, நீங்கள் போவதற்கு முன்னால், என் மீது ஒட்டிக்கொண்டு என் ரத்தத்தை உறிஞ்சிக் கொண்டிருக்கும் உண்ணிகளை அகற்றிவிட்டு போங்கள். உங்களுக்கு புண்ணியமாக போகும்” என்றது.

தருமர் உண்ணிகளை எடுக்கப் போக, அவைகள் கூக்குரல் இட்டன. “தருமா, இது உனக்கே அழகா? எங்களை கொலை செய்துவிட்டு இந்த நாயை காப்பாற்ற போகிறாயா? நாங்கள் இவ்வளவு பேர் பிழைத்துக் கொண்டிருப்பது முக்கியமா? இல்லை, ஒரே ஒரு நாயின் உயிர் முக்கி-யமா?”

தருமர் கொஞ்ச யோசித்தார். தரும சங்கடம். பிறகு பேசலானார். “சரி, நீங்கள் இருவருமே பிழைத்திருக்க வேண்டும். யாரும் சாகக்கூ-டாது. அவ்வளவுதானே”

“ஆமாம். என்ன செய்யப்போகிறாய்?” என்றன நாயும், அதன் மேல் இருந்த உண்ணிகளும்.

தருமர் சட்டென எல்லா உண்ணிகளையும் எடுத்து தன் சரீரத்தின் மேல் இட்டுக்கொண்டார்.

இந்த செயலை கண்டு ஆச்சர்யப்பட்ட நாய், தனது உருவத்தை இழந்து யம தர்மராஜனாக காட்சியளித்தது.

“தருமா, நான் உன் தர்ம சிந்தனைக்கு வைத்த சோதனை இது. இதிலும் நீ வெற்றி பெற்று விட்டாய். இனி நீ தாராளமாக சுவர்க லோகம் போகலாம்” என்றார் யம தர்மராஜர்.

இதை போலவே தருமருக்கு முன்னர் ஒரு தர்ம சங்கடம் வந்தது. அதை எவ்வாறு கையாண்டார் என்பதை பார்ப்போம்.

பாண்டவர்கள் வனவாசத்தை முடிக்கும் சமயத்தில் ஒரு பிராம்ணர் தான் வைத்திருந்த தீ மரக்கட்டைகளை ஒரு மான் வந்து களவாடிக் கொண்டு போய்விட்டது என்று முறையிட்டார்.

தீ மரக்கட்டைகள் என்பது அந்த மாதிரி ஒரு மரக்கட்டையை எடுத்து அதன் மீது கடைவது மாதிரி இன்னொரு மரக்கட்டையை செங்-குத்தாக வைத்து திருகி திருகி தேய்க்கும் போது (சுவர்களிலில் ஆணி

அடிக்க டிரில் செய்வார்களே அந்த மாதிரி), அதீத சூடு உண்டாகி நெருப்பு பொறி வரும். அதை வைத்துதான் யக்யம் செய்ய வேண்டும் என்று சாஸ்திரம் சொல்கிறது. இன்றும் கும்பாபிஷேக யாக சாலைக்-கான அக்னி அவ்வாறுதான் புரோகிதர்களால் உருவாக்கப்படும்.

தர்மர் ஆணையிட, நகுலன் அந்த மானை கண்டுபிடிக்க ஓடினார். மான் என்றாலே வில்லங்கம் என்று ஏற்கனவே ராமாயணத்தில் பார்த்தி-ருக்கிறோம். இங்கும் ஒரு பெரிய வில்லங்கம் காத்திருக்கிறது என்பதை அறியாத நகுலன் மானை தேடி தேடி அங்கும் இங்கும் அலைந்தார். கடைசியில் களைத்துப்போய் ஒரு குட்டை அருகில் வருகிறார். தாகம் எடுத்ததால் நீர் அருந்தலாம் என்று குனிகிறார். அப்போது அங்கிருந்த கொக்கு ஒன்று சத்தம் போட்டு தடுக்கிறது. "என் கேள்விகளுக்கு பதில் சொல்லிவிட்டு நீ தாராளமாக நீர் அருந்தலாம்" என்கிறது.

நகுலன் அதை சட்டை செய்யாமல் நீரை கைகளில் அள்ளுகிறார். கொக்கு மீண்டும் சாவதான் சொல்கிறது. "நீ பதில் சொல்லாமல் நீரை பருகினால், இறந்து போவாய். இந்த நீர் உனக்கு விஷமாகிவிடும்" என்-கிறது.

தாகத்தின் தீவிரம் காரணமாக நகுலன் நீரை பருகிவிடுகிறார். உடனே மயங்கி விழுகிறார்.

நகுலன் வரவில்லையே என்று சகதேவன் அவரை தேடி வருகிறார். அவரும் கொக்கின் பேச்சை கேட்காமல் நீரை பருகி மயங்கி விழுகிறார்.

அவரை தொடர்ந்து பீமன், அர்சுணன் ஆகியோர் வருகிறார்கள். அவர்களும் கொக்கின் பேச்சை கேட்காமல் நீரை பருகி மயங்கி விழு-கின்றனர்.

கடைசியாக தருமர் வருகிறார். தன் தம்பிகளை காப்பாற்ற, அவர் நீரை கைகளில் அள்ளுகிறார். கொக்கு மீண்டும் சாவதானம் சொல்கி-றது.

"நீ யார்?" என்று கேட்கிறார் தருமர். கொக்கு, "நான் ஒரு யக்ஷன். இந்த குளம் என்னது. என் கேள்விகளுக்கு சரியான பதில்கள் சொன்-னால், உனக்கு நீரை பருக அனுமதி தருவேன். மீறினால், நீயும் உன் தம்பிகளை போல இறந்து போவாய்" என்கிறது.

தருமர் உடனே தன் கைகளில் இருந்த நீரை கொட்டிவிட்டு, "சரி. உன் கேள்விகள் என்ன, சொல்லு" என்கிறார்.

யக்ஷன் கிட்டத்தட்ட 125 கேள்விகள் கேட்கிறது. அதில் ரொம்பவும் சுவாரஸ்யமான சிலவற்றை பார்க்கலாம். தருமரின் பதில்களை மட்டுமே கொடுத்திருக்கிறேன். கேள்விகளை நீங்கள் புரிந்து கொள்ளலாம்.

- சூரியன் சத்தியத்தில் நிலைத்திருக்கிறான்
- பூமியை விடக் கனமானவள் (முக்கியமானவள்) தாய்
- ஆகாயத்தைவிட உயர்ந்தவர் தந்தை
- பிறந்தும் நகராமல் இருப்பது முட்டை
- சாகப்போகிறவனுக்கு நண்பன் தானம்
- அக்னியே அனைத்து உயிர்களுக்கு விருந்தினன் (எல்லாம் அதில் பஸ்பம் ஆகிறது)
- சந்திரன் பிறந்த பிறகும் மீண்டும் மீண்டும் புதிதாகப் பிறக்கிறான் (வளர் பிறை/பௌர்ணமி/தேய் பிறை/அமாவாசை)
- பிச்சை கேட்பது விஷம் (உழைக்க வேண்டும்)
- பகையைச் சகிப்பதே பொறுமை (நிதானம் வெற்றியை தரும். சகிப்பும் நிதானமும் தெளிவான மனநிலையை கொடுக்கும். நல்ல திட்டத்தை தீட்ட உதவும்)
- கோபமே வெல்லப்பட முடியாத எதிரி (உணர்ச்சிகளின் உந்துதலில் எடுக்கும் எந்த முடிவும் தோல்வியை தரும். நிதானித்து, புத்தி பூர்வமாக எடுக்கும் முடிவு வெற்றியை தரும்)
- பேராசையே தீர்க்கப்படமுடியாத நோய் (இந்திரியங்களின் தூண்டுதலே ஆசைகள். அவைகளில் கட்டுப்பட்டு இருந்தால், நோய் பற்றிய மாதிரிதான்.)
- மனம் மாசடையாமல் கழுவுவதே உண்மையான சுத்தமாகும் (சரீர சுத்தம் ரொம்பவும் அல்பமானது)
- பிறரைக் குறித்துத் தவறாகப் பேசுவதே தீய குணம்
- அனுதினமும் எண்ணிலடங்கா உயிரினங்கள் யமபட்டினம் நோக்கி சென்று கொண்டே இருக்கின்றன. இருப்பினும், மானுடன் தனக்கு இறவாத்தன்மை இருக்கிறது என்று அஹங்காரம் கொள்வதுதான் மிகப் பெரிய அதிசயம்.
- அறியாமை நிறைந்த இந்தப் பூமி சமையற்செய்யத்தக்க ஒரு பெரிய கடாய் ஆகும். பகல்களையும், இரவுகளையும் எரிபொருளாய்க் கொண்டிருக்கும் சூரியன் நெருப்பு ஆகும். மாதங்களும்,

பருவங்களும் மரக்கரண்டிகளாகும். உலகம் என்ற அந்தக் கடாயில் காலம் அனைத்தையும் சமைத்துக் கொண்டிருக்கிறது. இதுவே தினமும் நடைபெறும் செய்தி ஆகும்.

- ஏற்புடையதும் ஏற்பில்லாததும், இன்பமும் துன்பமும், கடந்த காலமும் எதிர்காலமும் என்கிற அனைத்து இரட்டைகளையும் எந்த மனிதனால் சமமாகக் கருதப்படுகிறதோ, அவன் அனைத்து வகைச் செல்வங்களையும் கொண்டவனாகச் சொல்லப்படுகிறான்.

தர்மரின் மிக நுட்பமான அறிவு சார்ந்த பதிகளை கண்டு யக்ஷன் வியந்து போகிறார். அந்த யக்ஷன் வேறுயாருமல்ல. யமனே, யக்ஷ ரூபம் கொண்டு தர்மரை சோதிக்க வந்திருக்கிறார். இன்னும் ஒரு சோதனை வைக்க விரும்புகிறார்.

“தருமரே உங்கள் பதில்கள் என்னை மிகவும் பரவச செய்துவிட்டன. நீங்கள் தர்ம சாஸ்திரங்கள் தெரிந்த சாத்விக் என்று நிரூபித்து விட்டீர்கள். உங்களுக்கு ஒரு வரம் தருகிறேன். ஒன்றே ஒன்று தான். நன்றாக கவனிக்கவும். இங்கு இறந்துகிடக்கிறார்களே, அவர்களில் யாராவது ஒருத்தரை மட்டும் நீங்கள் தேர்வு செய்து சொன்னால், நான் அவரை உயிர்பிப்பேன். யார் வேண்டும்? சொல்லுங்கள்” என்றது கொக்கு உருவில் இருந்த யக்ஷணான தருமராஜர்.

“யக்ஷா, எனக்கு நகுலனை மட்டும் கொடுத்தால் போதும்” என்றார்.

யக்ஷன் அதிர்ந்து போனார். இன்னும் சில மாதங்களில் மஹாபாரதப் போர் நடக்க இருக்கிறது. அதில் அர்ஜுணன் இல்லாமல் எப்படி வெற்றி கிட்டும்? யக்ஷன் எதிர்பார்த்தது, தருமர் அர்ஜுணனை மட்டும் கேட்பார் என்று.

“ஏன் தர்மா நகுலன்? அர்ஜுணன் வேண்டாமா?”

“யக்ஷரே. நீங்கள் ஒருவர்தான் என்று சொல்லிவிட்டீர்கள். குந்தியின் மகனான நான் ஒருவன் இருக்கிறேன். என் சிறிய தாய் மாத்ரியின் இரு புத்திரர்களில் ஒருவர் இருந்தால் நல்லது. எனவேதான் நகுலனை கேட்டேன்” என்றார்.

யக்ஷன் உடனே மறைந்து, யமதர்மராஜர் தோன்றினார். “தர்மா, நீ எந்த அளவுக்கு தர்ம சாஸ்திரங்களை கடைபிடிக்கிறாய் என்பதை அறிய ஒரு சோதனை வைத்தேன். அதில் நீ வென்று விட்டாய். இதே போல

பாரத போரையும் வெல்வாயாக'' என்று சொல்லி அனைத்து தம்பிகளையும் உயிர்பித்து கொடுத்தார் என்று போகிறது மஹாபாரதக் கதை.

எது அதியசம் என்ற யக்ஷ கேள்விக்கு தருமன் அளித்த பதிலை ஒட்டியே உடையவர் ராமானுஜரும் ஒரு கருத்து தெரிவித்திருக்கிறார்.

நம் ஆத்மா அழிவில்லாதது. அது மரணம் சம்பவிக்கும் போது, பூத உடல் என்கிற பழைய சட்டையை கழற்றிவிட்டு புதிய சரீரத்தை எடுத்துக் கொள்ள பயணப்படுகிறது. நாம் புதிய வஸ்திரத்தை அணியப்போகிறோம் என்றால் மகிழ்ச்சியல்லவா அடைய வேண்டும்? அதை விட்டுவிட்டு அழுது ஆர்பாட்டம் செய்வது என்பது சற்று யோசிக்க வேண்டிய விஷயம் அல்லவா என்கிறார்.

அதே மாதிரி இரட்டை நிலை பதிலில் தருமன் குறிப்பிடுவரை பகவத் கீதை ஸ்தித பிரக்ஞன் என்று சொல்கிறது. எவன் இன்பத்தையும் துன்பத்தையும், வெற்றியையும் தோல்வியையும் சரிசமமாக பாவித்து அஹங்காரம் கொள்ளாமல் இருக்கிறானோ அவனே ஸ்தித பிரக்ஞன், அவன் என் அருகில் இருக்கிறான் என்கிறார் பகவான் ஸ்ரீ கிருஷ்ணர்.

நம் புராண/இதிகாச கதைகளும் மஹான்களின் சம்பவங்களும் திருப்பி திருப்பி நம் வாழ்வை செம்மை படுத்திக் கொள்ளவும், உலகாயத விஷங்களில் சிக்கிக் கொள்ளாமல் மேல் நோக்கிய சிந்தனைகளை கொள்ளவும் சான்றுகளாக இருக்கின்றன.

அடுத்து மாஹாபாரதத்தில் மிக சிறப்பான இன்னொரு கட்டத்தைப் பார்ப்போம்.

அதற்கு முன்னால் ஆதி சங்கரர் அருளிய கிருஷ்ணா அஷ்டகத்தின் (எட்டு ஸ்லோகங்கள்) முதல் ஸ்லோகத்தை பார்த்துவிட்டு இன்னும் போவோம்.

வசுதேவ சுதம் தேவம் கம்ச சானூர மர்தனம். தேவகி பரமானந்தம் கிருஷ்ணம் வந்தே ஜெகத் குரும். (வசுதேவரின் மகனாக அவதரித்த தேவன், கம்சன், சானூரன் போன்ற கொடியவர்களை அழித்தவர். தேவகியின் மகனாக பிறந்து அவளை பரமானந்தத்தில் திளைக்க வைத்த அந்த கிருஷ்ணனான இந்த ஜகத்தின் குருவை வணங்குகிறேன்).

மஹாபாரதப் போர் முடிந்து கிருஷணர் மதுரா திரும்பும் நேரம் வருகிறது. அத்தை குந்தியிடம் சொல்லிக் கொண்டு போக வருகிறார் பகவான் ஸ்ரீ கிருஷ்ணர். அப்போது வருவதுதான் குந்தி ஸ்துதி:

அதில் முக்கிய்மான இரண்டு ஸ்லோகங்களை பார்ப்போம்

கிருஷ்ணாய வாசுதேவாய தேவகீனந்தனாயாச நந்தகோப குமாராய கோவிந்தாய நமோ நம: (கருமை நிறம் கொண்டவருக்கு, வசுதேவர் மற்றும் தேவகி மைந்தனுக்கு, நந்தகோபரின் குமாரருக்கு, இந்திரன் முதலான தேவர்களின் தலைவரான கோவிந்தருக்கு என் வணக்கங்கள்)

நம் பங்கஜ நாபாய, நம பங்கஜ மாலினே, நம் பங்கஹ நேத்ராய, நமஸ்தே பங்கஜாங்க்ரயே (தாமரையை உந்தியில் பூத்தவர், தாமரை மாலையை அணிந்தவர், தாமரை போன்ற கண்களை கொண்டவர், தாமரை போன்ற பாதங்களை கொண்டவரை வணங்குகிறேன்).

அதன் பிறகு குந்தி, 'விபத: சந்து ந:' என்று தொடங்கும் ஸ்லோகத்தில் மிக ஆச்சர்யமான ஒரு தத்துவத்தை முன் வைக்கிறாள். இந்த மாதிரி ஒரு கோணம் வேறு யாராலும் சனாதன தர்மத்தில் சொல்லப்படவே இல்லை.

"கிருஷ்ணா எங்களுக்கு விபத்துக்களையும் கஷ்டங்களையும் எங்களுக்கு கொடு" என்கிறாள். பகவான் கிருஷ்ணர் அதிர்ந்து போகிறார்.

"அத்தையே, எல்லோரும் லோகாயதமான விஷயங்களையே என்னிடம் வேண்டுவார்கள். நீங்கள் என்னவோ யாருமே விரும்பாததை கேட்கிறீர்களே? நான் கிளம்பி போகிறேன் என்கிற பதட்டத்தில் தவறுதாலாக கேட்டுவிட்டீர்களோ?" என்றார்.

'கிருஷ்ணா. நான் தெளிவாகத்தான் கேட்டிருக்கிறேன். ஒரு கஷ்டம் எங்களுக்கென்றால் நீ ஓடோடி வருவாய் அல்லவா? அன்று ஆதி மூலம் என்ற யானைக்கு ஓடிவந்தாய், திரௌபதிக்கு வஸ்திரம் அளித்தாய், துர்வாசர் தன் சிஷ்யர்களோடு எங்கள் குடிலுக்கு ஒரு சங்கடமான சந்தர்ப்பத்தில் வந்தபோது, நீதான் வந்து காப்பாற்றினாய், உத்திரையின் கருவில் இருந்த பரீக்ஷித்துக்கு நீதான் காவல் காத்தாய். பாரத போரை தடுக்க ஒரு தூதுவனாக கழுத்தில் ஓலையை கட்டிக் கொண்டு போனாய். உன் நினைவை நாங்கள் தொலைத்துவிட்டால் நாங்கள் அஹங்காரத்தில் அழிந்து போவோம். அஹங்காரங்கள் தொலைய நீ வேண்டும். உன் வருகைக்கு கஷ்டங்கள் அவசியம் அல்லவா? அதான் கேட்டேன், யது குல நாயகனே" என்றாள்

இந்த ஒரே ஒரு ஸ்லோகத்தில் குந்தி உயர்ந்து நிற்கிறாள். செருக்குதான் நம் எதிரி. நம் மகிழ்ச்சியான காலகட்டங்களில் நம்மை அறியாமல் செருக்கு நமக்குள் குடிபுகுந்து விடும். அதற்கு இடம் கொடுத்-

தோம் என்றால் பகவான் விலகி போய்விடுகிறார். நாம் அதை உணர்ந்து அவரிடம் சரணாகதி செய்யும் போது மீண்டும் நம்மை நோக்கி வருகிறார்.

செருக்கு யாருக்குத்தான் வருவதில்லை. ஒரு முறை அர்ஜுணருக்கும் வந்தது. தான்தான் சிறந்த கிருஷ்ண பக்தன் என்கிற எண்ணம் இருந்தது. ஒருமுறை கிருஷ்ணரிடமே, “எங்கள் ஐவரில் யார் சிறந்த கிருஷ்ண பக்தன்” என்று கேட்டே விட்டார்.

அதற்கு கிருஷ்ணர் சிரித்தவாறே, “பீமன்தான்” என்றார்.

அர்ஜுணருக்கு அவமானமாக போய்விட்டது. “அதெப்படி ? நான் இல்லையா?” என்றார்.

‘அர்ஜுணா, பீமன் காலையில் எழுந்ததும் இன்று பூத்த அனைத்து பூக்களும் கிருஷ்ணா உனக்கு பூஜிக்கப்படுகின்றன. இன்று சமைக்கப்படும் அனைத்து உணவுகளும் உனக்கு அம்சிக்கப்படுகின்றன என்று வினயத்தோடு சொல்லிவிட்டு அவன் கர்மங்களை செய்ய ஆரம்பித்துவிடுகிறான். நீ என் அருகில் இருப்பதாலேயே நீ சிறந்த பக்தனாகிவிட முடியாது” என்று சொல்லி அர்ஜுண அஹங்காரத்துக்கு ஒரு குட்டு வைத்தார்.

இதே மாதிரி ராசகிரீடையின் போது கோபிகைகளுக்கும் வந்தது. கோபிகைகளுக்கு தங்கனோடு சரிசமமாக கிருஷணரே இருக்கிறார் என்கிற சிறிதளவு அஹம்பாவம் வந்துவிடுகிறது. அதை கவனித்து விடுகிறார் பகவான் ஸ்ரீ கிருஷ்ணர். அதுவரை ராசமாடிக் கொண்டிருந்த கிருஷ்ணர் காணாமல் போய்விடுகிறார். கோபிகைகள் அதிர்ந்து போகிறார்கள். செய்த தவறுக்கு வருந்துகிறார்கள். பிறகு கோபிகைகள் கிருஷ்ணர் சென்ற கால் தடங்களை பார்க்கிறார்கள். அதில் ராதையின் கால் தடங்களும் இருக்கின்றன.

ஒருவழியாக ராதையை தேடி போகிறார்கள். சற்று தூரத்தில் ராதையை பார்க்கிறார்கள். அங்கும் கிருஷ்ணர் இல்லை. ராதையிடம் காரணம் கேட்கிறார்கள். அவளும் அழுது கொண்டே, “எனக்கும் கிருஷ்ணர் என்னோடு மட்டும் வந்துவிட்டார் என்கிற கர்வம் வந்து விட்டது. அந்த மாமாயன் உடனே மறைந்து போய்விட்டான்” சொல்கிறாள்.

பிறகு அனைவரும் அஹங்காரத்தை தொலைத்து ஸ்ரீ கிருஷ்ணரை துதிக்க, அந்த கள்வன் மீண்டும் வந்தான் என்பதாக ஸ்ரீமத் பாகவதம் சொல்கிறது.

இன்றைக்கும் திவ்யாநாம பஜனை சம்பிரதாயத்தில் குத்துவிளக்கு வைத்து பாகவதர்கள் சுற்றி சுற்றி ஆடும் வைபவத்தில் கடைசியாக சிறுமிகளை முழங்காலிட வைத்து கோபிகா கீதம் சொல்ல வைப்பார்கள்.

எல்லாம் நம் அகந்தையை தொலைக்கத்தான். வேறென்ன?

ஒருமுறை பகவானுக்கும் பக்தனுக்கும் இடையே ஒரு உரையாடல் நடந்தது. பகவான் கடற்கரை மாதிரி ஒரு ஈரமான பகுதியை காட்டி, "பக்தா, இந்த நாட்களெல்லாம் மிகவும் மகிழ்ச்சியான நாட்கள்" என்றார்.

பக்தன் கூர்ந்து கவனித்தான். அங்கு நான்கு காலடிகள் இருந்தன. அவன் மகிழ்ச்சியோடு தலையாட்டிக் கொண்டான். இரண்டு அவனுடையது. இரண்டு பகவானுடையது.

உடனே பகவான் இன்னொரு பகுதியை காட்டி, "பக்தா இது உன்னுடைய கஷ்டமான காலம்"என்றார்.

பக்தன் அந்த பகுதியை பார்த்து துனுக்குற்றான். இரண்டு காலடிகள் மட்டுமே இருந்தன. "பகவானே என்ன கொடுமை இது? என் கஷ்ட காலங்களில் நீங்கள் என்னோடு...."

பகவான் இடைமறித்து, பக்தனை இன்னும் கூர்ந்து அந்த காலடிகளை பார்க்கச் சொன்னார். அவன் குழம்பிப் போனான். பிறகு பகவானே விளக்கம் கொடுத்தார்.

"பக்தனே. நன்றாக பார். அந்த காலடிகள் என்னுடையவை. உன் கஷ்ட காலங்களில் நான் உன்னை தூக்கிக் கொண்டு நடக்கிறேன்" என்றார்.

பக்தன் அவர் காலடிகளில் விழுந்து வணங்கினான். தன்னிடம் சரணடைந்தவர்களை பகவான் என்றுமே கைவிடுவதில்லை. நாம் அவர் கைகளை பற்றிக் கொள்ள வேண்டாம். அவர் நம் கைகளை பற்றிக் கொள்வார்.

இதை அடியேனின் குருஜீ கோபல வல்லிதாசர் ஒரு கதை மூலமாக சொல்லுவார்.

ஒரு முறை காட்டு வெள்ளைத்தை கடக்க ஒரு அப்பாவும் பையனும் முயற்சித்தார்கள். அப்பா தன் பிள்ளையை கைகளை பற்றிக் கொள்ளுமாறு சொன்னார். ஆனால் பிள்ளையோ, "அப்பா, நீங்கள் என் கைகளை பற்றிக் கொள்ளுங்கள். ஒரு வேளை, ஆற்று வெள்ளத்தில் என் பலம் குன்றி உங்கள் கைபிடியை நான் விட்டு விடலாம். ஆனால் நீங்கள் என் கைகளை பற்றிக் கொண்டால் எந்த சந்தர்ப்பத்திலும் உங்கள் பிடி விலகாது. அதுதான் எனக்கு பாதுகாப்பு" என்றான்.

பகவான் அச்சுதர். வண்டி சக்கரத்தின் அச்சு மாதிரி தன் நிலையிலிருந்து என்றுமே நழுவாதவர்.

இனி மாஹாபாரதத்தில் இன்னோரு சுவாரஸ்யமன பகுதிக்கு செல்வோம். இது வியாச மஹாபரதத்திலோ ஸ்ரீமத் பாகவதத்திலோ இல்லை. ஆனால், செவி வழி செய்தியாக இருக்கும் பல கதைகளில் ஒன்று. நமக்கு அவை சுவைபட, பகவத் பக்தியை வளர்க்கும் நோக்கோடு இருந்தால் சரி. ஏற்றுக் கொள்வதில் தப்பில்லை. சர்வம் கிருஷ்ணார்ப்பணம்.

பேச்சு வழக்கில் கூட ராமர் சொல்வதை/செய்வதை கேட்கலாம்/ செய்யலாம். ஆனால் கிருஷ்ணர் சொல்வதை மட்டும் கேட்க வேண்டும். மாற்றி செய்யக் கூடாது என்று இருக்கிறது. மஹாபாரதத்தில் கிருஷ்ணரின் செய்பாடுகள், மேம்போக்காக படிப்பவர்களுக்கு பெரும் பிழைகளாக தோன்றும்.

ராமருக்காவது வாலியை கொன்றது, சீதையை மீண்டும் காட்டுக்கு அனுப்பியது போன்ற நிகழ்வுகளில்தான் அபிப்பிராய பேதங்கள் வரும். ஆனால், மஹாபாரதத்தில் ஸ்ரீ கிருஷ்ணர் செய்தது, ஒன்றா இரண்டா எடுத்து சொல்ல? துரியோதணன் தொடையில் பீமன் அடிக்கவும், பலராமரே கோபித்துக் கொண்டு போகும் அளவுக்கு கிருஷ்ணர் நடந்து கொண்டிருக்கிறார் என்றால் சும்மாவா? ஏதோ இந்த செயல்களுக்கெல்லாம் கேள்விகளே கேட்கப்படவில்லை என்று நீங்கள் நினைக்க வேண்டாம். உத்தவர் என்பவரே பகவான் ஸ்ரீ கிருஷ்ணரிடம் நேரடியாகவே கேட்டிருக்கிறார்.

உத்தவர் என்பவர் பகவான் ஸ்ரீ கிருஷ்ணரின் சித்தப்பா பையன். அதாவது நந்தகோபரின் தம்பி மகன். உத்தவர் தானும் ஸ்ரீ கிருஷ்ணர் போலவே இருக்க வேண்டும் என்பதற்காக ஸ்ரீ கிருஷ்ணர் உடுத்தி

களைந்த ஆடைகளையே உடுத்துவாராம்.

பத்ரிநாத் கோயிலில் உற்சவ மூர்த்தி உத்தவர்தான். அவரைத்தான், தீபாவளி தொடங்கி அட்சய திருதியை காலம் வரை பத்ரி மலையிலிருந்து இறக்கி ஒரு கிராமத்தில் ஆறு மாத காலத்திற்கு வைத்திருப்பார்கள். அந்த காலங்களில் பத்ரி மலை பனி மூடியிருக்கும். யாரும் போக முடியாது. பத்ரி என்றால் இலந்தை மரம் என்று பெயர். அதுதான் அங்கு ஸ்தல விருட்சம். பெருமாளின் எல்லா ஆலயங்களையும் கோயில்கள் என்றால், பத்ரி மட்டும் பத்ரிகாஷ்ரமம் என்று அழைக்கப்படுகிறது. 108 திவ்ய ஷேத்திரங்களில் ஒன்று. இங்கு மூலவர் நர நாராயணனாக காட்சி தருகிறார். இதில் நரன் என்பது அர்ஜுணரை குறிக்கும். திருமங்கையாழ்வார் தனது பாசுரத்தில் நமக்கு ஒரு கோரிக்கை வைத்திருக்கிறார். அதாவது சரீரம் நல்ல நிலையில் இருக்கும் போது பதரி பயணம் செய்துவிடுவது நல்லது என்று அறிவுரை சொல்லியிருக்கிறார்.

சரி, இனி உத்தவருக்கு வருவோம். மஹாபாரத போர் முடிந்து பகவான் ஸ்ரீ கிருஷ்ணர் வைகுண்ட லோகம் திரும்பும் நேரம் வந்துவிடுகிறது. போவதற்கு முன்னால், உத்தவரிடம் சொல்லிக் கொண்டு போகிறார். அப்போது உத்தவர், பகவான் ஸ்ரீ கிருஷ்ணரிடம், "எனக்கு சில கேள்விகள் உங்களிடம் கேட்க வேண்டும் என்று தோன்றுகிறது. உங்கள் பதில்கள் கிடைத்தால்தான் என் பல சந்தேகங்கள் தீரும்" என்கிறார்.

பகவான் ஸ்ரீ கிருஷ்ணரும், உத்தவருக்கு கேள்விகள் கேட்க அனுமதி கொடுக்கிறார். இங்கிருந்துதான் உத்தவ கீதை தொடங்குகிறது. அது ரொம்ப பெரியது. அதிலிருந்து ஒரு சில சாரங்களை மட்டும் ரசிப்போம்.

உத்தவர் "யார் நல்ல நண்பன்?" என்று கேட்க பகவான் ஸ்ரீ கிருஷ்ணர், "எவன் ஒருவன் ஆபத்து காலத்தில், கூப்பிட வேண்டும் என்கிற மரியாதையை கூட எதிர்பார்க்காமல் சக நண்பனுக்கு உதவ வருகிறானோ, அவனே நல்ல நண்பன்" என்கிறார்.

அடுத்தடுத்து கேள்விகள் வைக்க, உத்தவருக்கு இந்த ஒரு பதில் போதுமானதாக இருந்தது. "அண்ணா, மஹாபாரதம் முழுக்க நீங்கள் சொல்வதற்கும், செய்கின்ற செயல்களுக்கும் முரண்பாடுகளே அதிகமாக இருக்கின்றனவே? தருமர் சொக்கட்டான் விளையாட்டில் தோற்றுப் போகும் அளவுக்கு ஏன் விட்டீர்கள்? அங்கு அதர்மம் தலைவிரித்து ஆடிய போது ஏன் உங்கள் சுதர்ஷன சக்கரம் சும்மா இருந்தது? தருமர்

தன் தம்பிகளை வைத்து ஆடிய போது நீங்கள் வந்து தடுத்திருக்கலாமே? ஒரு பெண்ணை, அதுவும் மாதவிடாய் காலத்தில், சபையில் மானபங்கம் செய்யும் அளவுக்கு போகும் வரை ஏன் நீங்கள் மௌனமாக இருந்தீர்கள்? உங்களுக்கு அவர்கள் பால் கருணை இல்லையா?''

இது போன்ற கேள்விகள் நம் மனத்திலும் எழலாம். ஆனால் எல்லாவற்றுக்கும் அங்கேயே பதில்கள் இருப்பதுதான் நம் சனாதன தர்மத்தின் விஷேஷம்.

பகவான் ஸ்ரீ கிருஷ்ணர் நிதானமாக பதில் சொல்ல துவங்கினார். ''உத்தவா, முதலில் தருமர் விஷயத்துக்கு வருகிறேன். விவேகம் என்கிற ஒரு சொல்லை அறிவாயா? அது புத்திசாலித்தனமும், பொறுமையும் கலந்த ஒரு ஆற்றல். அது துரியோதணனிடம் இருந்தது. தருமரிடம் இல்லை. துரியோதணன் சொக்கட்டான் விளையாட்டுக்கு அடிமை பட்டவன் இல்லை. அவனிடம் எக்கச்சக்கமாக சொத்துக்கள் இருந்தாலும், சாதுர்யமாக பாண்டவர்களின் சொத்துக்களை ஒரு சூதின் மூலம் அபகரிக்க திட்டம் போட்டான். அவனுக்கு சொக்கட்டான் விளையாட்டின் சாதுர்யம் தெரியாது. ஆனால், தன் எதிராளியான தருமருக்கு சொக்கட்டான் விளையாட்டில் ரொம்ப பிரமை கொண்டவர் என்பதை அறிந்து கொண்டான். தவிர, தன் மாமன் சகுனியின் சொக்கட்டான் திறமையும் நன்கு அறிந்தவன். மிக தந்திரமாக தனக்கு பதிலாக தன் மாமனை விளையாட்டில் இறக்கினான்.''

''தருமனோ தன் இந்திரியங்களால் வசப்பட்டு, சொக்கட்டான் விளையாட்டில் இன்பம் காணுபவராக இருந்தார். மனசு இந்திரியங்களால் வசப்படும் போது உணர்ச்சிகளே உச்சத்தில் இருக்கும். அங்கு புத்தி வேலை செய்யாது. நிதானம் துளி கூட இருக்காது. தவறுக்கு மேல் தவறு வரும். இங்குதான் துரியோதணன் ஜெயித்துவிட காரணங்கள் பலமாக இருந்தன. அவருக்கு மட்டும் விவேகம் இருந்திருந்தால், தூரியோதணன் சொன்ன மாதிரியே எனக்கு பதிலாக என் அத்தை மகன் ஸ்ரீ கிருஷ்ணர் சொக்கட்டான் விளையாடுவார் என்று சொல்லியிருக்கலாம் அல்லவா? அவ்வாறு சொல்லி, நானும் சொக்கட்டான் விளையாட்டில் உட்கார்ந்தால் சகுனி என் முன்னால் எம்மாத்திரம்?''

''எல்லாவறையும் விட தருமன் தான் சொக்கட்டான் விளையாடுவது எனக்கு தெரியக்கூடாது என்று பிராத்தனை செய்ய ஆரம்பித்துவிட்டார்.

அது என்னை கொடிகளால் என்னை தூணில் வைத்து கட்டி வைத்த மாதிரி ஆக்கிவிட்டது. தான் மட்டுமே எல்லாம் செய்ய முடியும் என்று அஹங்காரம் என்று ஒரு ஜீவனுக்கு தலை தூக்குகிறதோ, அந்த நேரத்திலிருந்து எனக்கும் அவனுக்கும் ஒரு பெரிய இடைவெளி ஆரம்பித்து விடுகிறது. தன்னால் எதுவும் முடியாது, என்னையன்றி ஒரு அணுவும் அசையாது என்று அந்த ஜீவன் பிறகு உணர்ந்து, என்னை நோக்கி சரணாகதி செய்கிறதோ, அப்போதே நான் ஓடி வந்துவிடுகிறேன்.

“நான் எல்லா செய்ல்களிலும் சாட்ஷி பூதமாக மட்டுமே இருக்கிறேன். சபையில் இருந்த மற்ற பாண்டவர்களும் தருமரையும் துரியோதனனையும் நிந்தித்தவாறே இருந்தனரே தவிற என்னை ஒருபோதும் நினைக்கவில்லை. நான் அங்கு கதவுக்கு அப்புறமே இருந்தேன். எப்போது கூப்பிடுவார்கள் என்று காத்திருந்தேன்”

உத்தவர் இங்கே ஒரு பிடி பிடித்தார். “கிருஷ்ணா, அப்படியானால், நீங்கள் கூப்பிட்டால்தான் வருவீர்களா? நல்ல நண்பனின் தர்மம் அப்படியில்லையே?”

பகவான் ஸ்ரீ கிருஷ்ணர் சிரித்தவாறே, “உத்தவா, உலகியல் நண்பனையும், என்னையும் இங்கே பொருத்திப் பார்க்க வேண்டாம். மானுடர்களுக்கு கர்மாக்கள் இருக்கின்றன. அதை அவர்கள் மேற்கொள்ளும் போது நான் அதில் தலையிட முடியாது. எல்லாவற்றையுமே நானே சரி செய்துவிட்டால் இந்த உலகம் ஒரு நொடி கூட இயங்காது. எனவே, நான் சாட்ஷி பூதமாக மட்டுமே இருப்பேன். மாயையான அஹங்கார திரை எங்கள் இருவருக்கு இடையே வீழும் போது நான் என்ன செய்ய? இவற்றுக்கெல்லாம் சரணாகதி என்பதுதான் உபாயம் என்பதை பக்தி யோகம் சொல்லிக் கொடுக்கிறது. அதை நோக்கி திரும்புபவர்கள் என்னை நோக்கி வருகிறார்கள். நானும் அவர்களை நோக்கி விரைந்து போகிறேன்.”

“ஆதிமூலம் என்கிற யானையும் முதலில் தன் தர்ம பத்தினிகள் உதவி கொண்டு முதலையின் வாயிலிருந்து தப்பிக்கப் பார்த்தது. பிறகு தானே ஒரு ஆயிரம் வருஷங்கள் போராடி பார்த்தது. அதன் பிறகுதான் உணர்ந்தது. நாராயணா, அகில குரோ, பகவன் நமஸ்தே என்று என்னிடம் சரணாகதி செய்தது. நான் கருடனையே தூக்கிக் கொண்டு ஓடோடி வந்தேன்.”

“அதே மாதிரி திரௌபதியும் சபைக்கு வந்து, பீஷ்மர் முதலான யோகிகளை வசை பாடிக் கொண்டிருந்தாளே தவிர, என்னை பற்றிய யோசனை அவளுக்கு அப்போது இல்லை. தன் கணவர்களை கூட ஆணுமில்லா, பெண்ணுமில்லா நபும்சகர்கள் என்று திட்டித் தீர்தாள். அவள் ஆடை உருவப்படும் போது கூட தன் கைகளால் காத்துக் கொள்ள முடியும் என்று நம்பினாள். எல்லாம் தோற்று போய், என்னை விட்டால் வேறு வழியில்லை என்ற நிலைக்கு வந்த போது, என்னை அறிந்தாள். நானும் அவளுக்கு உதவினேன்”

நல்ல தமிழை ரசிக்க விரும்புகிறவர்கள், இந்த ஒரு காட்சியை மட்டும் பாரதி எழுதிய பாஞ்சாலி சபதத்தை படிக்க வேண்டும். அப்படி ஒரு சொல்லாட்சியை வேறு எந்த ஒரு இலக்கியவாதியும் சொல்லிவிடவில்லை. பாஞ்சாலி சபதத்தில் மட்டும், திரௌபதி கேட்பதாக ஒரு கேள்வி இருக்கிறது. இது வேறு எங்கும் இல்லை. அங்குதான் பாரதி உயர்ந்து நிற்கிறார்.

“தருமன் தன்னை வைத்த பிறகு, என்னை இழந்தானா? அல்லது என்னை வைத்த பிறகு தன்னை இழந்தானா?” என்று தேரோட்டியிடம் சொல்லி அனுப்புகிறாள். இதில் ஒரு நுட்பமான தர்ம சாஸ்திரம் இருக்கிறது. தருமன் தன்னை இழந்த பிறகு, துரியோதணனுக்கு அடிமை ஆகி விடுகிறார். அதன் பிறகு அவருக்கு மனைவியை வைத்து விளையாட அருகதை இல்லை. அதே மாதிரி தன்னை வைக்காமல், மனைவியை வைத்து விளையாடுவது தாம்பத்ய தர்மத்துக்கு விரோதமானது.

திருக்கோளூர் பெண்பிள்ளை ரகசியம் என்கிற ஒரு வைணவ கூற்று உள்ளது. அதில் 81 வாக்கியங்கள் இருகின்றன. ஒவ்வொரு வாக்கியமும் ரத்தினங்கள். அவைகளை பின்பு ஒரு தொகுதியில் பார்ப்போம். “இரு கையும் விட்டேனோ திரௌபதியைப் போல” என்கிறாள் திருக்கோளூர் பெண் பிள்ளை. இதை விட ரத்ன சுருக்கமாக திரௌபதியின் சரணாகதியை சொல்ல முடியாது. திருக்குறளை விட விஞ்சி நிற்கிறாள் திருக்கோளூர் பெண்பிள்ளை.

உத்தவ கீதை இரண்டே இரண்டு வார்த்தைகளில் கட்டமைக்கப்பட்டிருக்கிறது. ஒன்று அஹங்காரம். அது பெருமாளை விலக்கி வைக்கும். சரணாகதி அவரை நம்மை நோக்கி இழுக்கும். உங்களுக்கு கனி வேண்டுமா? காய் வேண்டுமா? என்பதை நீங்களே முடிவு செய்து கொள்ளுங்-

கள். கர்மாக்களின் ஆதிகத்தை மட்டுப்படுத்த இருக்கிற ஒரே உபாயம் பக்தி. இதை உணர்த்துவதுதான் சனாதன தர்மம்.

அடுத்து மாஹாபரத்தில் இன்னொரு காட்சியை பார்ப்போம். இது விஷ்ணு சகஸ்ரநாமத்தோடு மாறைமுகமாக சம்பந்தப்பட்டது.

பாண்டவ தூதராக கிருஷ்ணனே வரப்போகிறார் என்கிற தகவல் துரியோதணனுக்கு வருகிறது. அவனுக்கு எப்படியாவது கிருஷ்ணரை அவமானப்படுத்திவிட வேண்டும் என்கிற துர்குணம் வந்து விடுகிறது. உடனே சபையோர்களை பார்த்து எச்சரிக்கிறான். “நாளை இந்த சபைக்கு அந்த மாமாயன் கிருஷ்ணர் வருவார். வெறும் அல்ப தூதனாக கழுத்தில் ஓலையை கட்டிக் கொண்டு வருகிறார். எனவே யாரும் அவருக்கு மரியாதை கொடுக்கும் விதமாக எழுந்து நிற்கக் கூடாது. அப்படி யாராவது மீறினீர்கள் என்றால் கடுமையான தண்டனை கொடுக்கப்படும்” என்று பீஷ்ம, துரோணாச்சாரியாரை பார்த்துக் கொண்டே சொன்னான்.

கொஞ்ச நேரம் அமைதி நிலவியது. பிறகு நிதானமாக பீஷ்மர் எழுந்தார். “மஹாராஜனே, இப்படி வைத்துக் கொள்வோம். உங்களுக்கு ஸ்ரீ கிருஷ்ணருக்கு மரியாதை கொடுக்கக் கூடாது என்கிற எண்ணம் இருக்கிறது. ஆகையால் நீங்கள் எப்படி நடக்கிறீர்களோ, அப்படி நாங்கள் நடக்கிறோம். சரிதானே”

துரியோதணனுக்கு மமதை உச்சத்தில் இருந்ததால், பீஷ்மர் சொன்ன சூட்சுமமான கருத்தை அவன் புரிந்து கொள்ள வில்லை. “என்னை பாருங்கள். நான் என்ன செய்கிறேனோ, அதை செய்யுங்கள்” என்றான்.

பீஷ்மர், விதுரரை நோக்கி, “ஆயிரத்தில் மூன்று, நாளை நடக்கப் போகிறது” என்றார்.

உடனே விதுரர் சற்று யோசித்து, “ஓ அப்படியா? ஆமாம். அப்படியே நடக்கட்டும். இந்த மூர்கனுக்கு கொஞ்சமாவது உறைகட்டும்” என்றார்.

மறுநாள் வந்தது. கண்ணன் வந்தான். வசீகரமான அவன் பிரகாச ஸ்வரூபத்தை கண்ட அனைவரும், துரியோதணனையும் சேர்த்து ஒட்டாக எழுந்து நின்றார்கள். விஷ்ணு சஹஸ்ரநாமத்தில், மூன்றாவது நாமம், வஷட்கார: என்பது. மாயவன் நடந்து வந்தால் மயங்காதவர்கள் யாரும் உண்டோ?

இதே போன்று கலியுகத்தில் ராமலிங்க அடிகளாருக்கும் நடந்தது. ராமலிங்க அடிகளார் மீது ஒருவர் கோர்ட்டில் பிராது கொடுத்திருந்தார். நீதிபதி அடிகளாருக்கு சம்மன் அனுப்பியிருந்தார். ஒளி பிழம்பாக ராமலிங்க அடிகளார் கோர்டில் நுழையவும் நீதிபதி முதற்கொண்டு எழுந்து அவருக்கு மரியாதை செலுத்தினர்.

அதுதான் வஷட்காரகம் - ஆக்கர்ஷண சக்தி.

****

7
கடவுள் இருக்கிறாரா? இல்லையா? உண்மையும் நம்பிக்கையும்

ஆன்மீகமும் அறிவியலும் ஒரு சில விஷயங்களில், தத்துவார்த்த தளங்களில் ஒத்திசைந்து போனாலும், பெரும்பாலான கூற்றுகளில் இரண்டும் முரண்பட்டே இருந்து வருகின்றன.

காரணம் அறிவியல் என்பது எந்தவித கூற்றையும் பகுத்து ஆராய்ந்து, பொதுவான கணித சமன்பாடு போல கட்டமைத்து, கிடைக்கக் கூடிய விடை ஒரே மாதிரியாக இருக்குமானால் அதை உண்மை என்று ஏற்றுக் கொள்கிறது. மற்றவையெல்லாம் பொய் என்று வகை படுத்தி ஓரம் கட்டிவிடுகிறது.

அறிவியலை பொறுத்த வரை நம்பிக்கை என்பதே நிரூபிக்கப் படாத, கண்ணுக்கு புலப்படாத, தனிமனித விருப்பு, வெறுப்புகளுக்கு உட்பட்ட, தர்க ரீதியிலான ஒரு கூற்று என்று வகைபடுத்தி விடுகிறது.

ஆனால் மனோதத்துவ அறிவியலில் மட்டும் நம்பிக்கைக்கு இடம் இருக்கிறது. மனரீதியாக, ஒரு நம்பிக்கை மிக திடமாக கட்டமைக்கப்-பட்டு, அது அந்த தனி நபரின் வாழ்வியலில் ஒரு நல்ல வாழ்வியலுக்கு

காரணமாக இருக்குமானால் அது தவறில்லை என்கிறது. ஆனால் அது உண்மையா அல்லது பொய்யா என்ற விவாதத்துக்கு அது போவதே இல்லை.

இதில் மிக குறிப்பாக அடிக் கோடிட்டு கவனிக்க வேண்டியது என்னவென்றால், ஒரு நல்ல வாழ்வியலுக்கு காரணம் என்பதுதான்.

அடுத்ததாக ஒரு முக்கியமான விஷயம், அந்த அனுமதிக்கான கால இடைவெளியை அறுதியிட்டு கூறிவிட முடியாது.

ஒரு நல்ல உணவில் சரியான அளவில் இடப்பட்டிருக்கும் உப்பைப் போல அது தொடர்ந்து இருக்க வேண்டும். அந்த உப்பின் அளவு கூடுவதும், குறைவதும் எப்படி உணவின் சிறப்பை எப்படி பாதிக்குமோ, அப்படி அந்த தனிமனிதரை பாதிக்கும். உப்பு சரியான அளவில் இருக்கும் போது அதன் இருப்பே தெரிவதில்லை. சமன் சீர் குலையும் போதுதான் அதன் தன்மைக்கான விவாதம் தொடங்குகிறது.

இறைத் தன்மையும் அப்படித்தான். சீரான வாழ்வில் இறைத் தன்மைக்கான கேள்விகள் பிறப்பதில்லை. வாழ்வில் தடுமாற்றங்கள், ஏற்ற இறக்கங்கள் வரும் போது மட்டும் இறை இருப்பும், அதற்கான மாற்று வழி இறை மார்க்கமும் நம்மில் பலரில் உருவாகிக் கொண்டே இருக்கின்றன.

ஒரு உதாரணத்துக்கு பார்போமேயானால், தன் அப்பாவின் ப்ரியமான பேனாவை ஒரு மகன் தன் பாக்கெட்டில் எப்போதும் வைத்துக் கொள்வதால், தன்நம்பிக்கை வருகிறது என்று திடமாக எண்ணி செயல்படுவானேயானால் அது அவன் வாழ்வை செம்மை படுத்தும். இதில் உண்மைத் தன்மையை ஆராய வேண்டிய அவசியம் இல்லை.

அதே நேரத்தில், தன் பெரியப்பா மகன் செய்வதை பார்த்து அல்லது யாரோ அவ்வாறு சொல்லி, அப்பாவின் பேனாவை தேடியலைந்தானேயானால் அது மூடப்பழக்கம். அது வேலைக்கு ஆகாது. காரணம், அவன் தன் ஒவ்வொரு செயலின் முடிவிலும், அந்த பேனாவின் வீரியத்தை கேள்விக்கு உள்ளாக்கி உள் மதிப்பீடு செய்யத் தொடங்குவான். பேனாவுக்கு பதிலாக, அம்மாவின் சீப்பு உதவுமா என்று யோசிக்கத் தொடங்குவான்.

ஆன்மீகத்தின் இறை நம்பிக்கைக்கு அடித்தளம் இருப்பது நம்பிக்கைதானே தவிர உண்மை என்பது எப்பவுமே இல்லை. த்ருட விஸ்வாசம் என்று வடமொழியிலும், அசைக்க முடியாத நம்பிக்கை என்பதுதான்

ஆன்மீகத்தின் ஆதாரம்.

இறை நம்பிக்கை என்பது நாம் நம் தந்தையை ஏற்றுக் கொள்வது போல. நாம் பிறந்ததும், அம்மாதான், இவர் உன் தந்தை என்று கை காட்டுகிறார். நாம் அதை மிக எளிதாக ஏற்றுக்கொண்டு, நாம் நம் வாழ்வில் பயணிக்கிறோம். அதன் உண்மைத் தன்மையை நாம் கேள்விக்கு உள்ளாக்குவதோ அல்லது ஆராய்வதோ இல்லை. அவ்வாறு இல்லாமல், வேறு மாதிரியாக யோசித்தவர்கள், வாழ்க்கையை சிக்கலாக்கி கொண்டு, ஒரு தேக்க நிலையையோ அல்லது வெறுமையிலோ வெதும்பி, மனோதத்துவ நிபுணரிகளின் பர்ஸை நிரப்புவர்களாக இருந்திருக்கிறார்கள்.

இன்னும் ஒரு வரியில் சொல்வதென்றால், ஆன்மீகம் உண்மை என்பதையையே கேள்விக்கு உள்ளாக்குகிறது.

அறிவியலை பொறுத்தவரை ஒரு உண்மை என்பது, அது தகர்த்து ஏறிப்படும் வரை அது எற்றுக் கொள்ளப்பட்டிருக்கும். புதிய உண்மை நிரூபிக்கப்பட்டு, நிலை படுத்தும் போது, முந்தைய உண்மை பொய் கூற்றாகி முற்றிலுமாக அழித்தொழிக்கப் படும். இதுதான் நியதி.

பூமி உருண்டை என்பது நிரூபிக்கப்படும் வரை, அது தட்டையானது என்பதுதான் உண்மையாக இருந்தது. சூரியன்தான் மத்தியில் இருக்கிறது, பூமி சூரியனை சுற்றி வருகிறது என்று நிரூபிக்கப்பட்டவுடன், பூமி மையத்தில் இருக்கிறது என்கிற கூற்று பொய்யாகி புறம் தள்ளப்பட்டது.

இந்த மாதிரியான சூழ்நிலை ஆன்மிக சித்தாந்தங்களில் வருவதில்லை. காரணம், அங்கு உண்மைக்கு இடமே இல்லை. நம்பிக்கை கொள். இன்னும் அதிகமான நம்பிக்கை கொள், அதுதான் உன் வாழ்வை உய்விக்கும் வழி என்று திரும்ப திரும்ப சொல்கிறது.

நட்சத்திரங்கள் மின்னுகின்றன என்பது பூமியிலிருந்து, நிறமி மண்டலத்திற்கு எதிர் பக்கத்திலிருந்து பார்பதால் வரும் மாயத் தோற்றம். ஆனால், நாம் நிறமி மண்டலத்தை தாண்டி நட்சத்திரங்களை பார்த்தோமேயானால் அப்போது அவைகள் மின்னாது. எனவே உண்மை என்பது நாம் எங்கு இருக்கிறோம் என்பதை பொறுத்து மாறுபாடு கொள்கிறது.

கண்களால் காண்பது எல்லாம் மெய்யல்ல என்கிற ஒரு கூற்று இருக்கிறது. காரணம் மனித கண்களுக்கு தெரியாத சில விஷயங்கள், ஒரு சில விலங்கின கண்களுக்கு தெரியும். இரண்டுமே மறுதலிக்கும் ஒரு சில விஷயங்களை, ஒரு பூதக் கண்ணாடியோ அல்லது ஒரு மைக்-

ரோஸ்கோப்போ காட்டிவிடும்.

இன்னும் தத்துவார்த்த ரீதியாக பார்த்தோமேயானால், ஒன்று இருக்கிறாதா இல்லையா என்பதை அந்த நொடிப் பொழுதுக்கு மட்டுமே எடுத்துக் கொள்ள முடியும். அதிலும் தூரத்தை சேர்த்தே பார்க்க வேண்டும்.

நாம் தற்போது பார்க்கும் நட்சத்திர ஒளி உண்மையிலேயா இருக்கிறதா என்றால், அதில் ஒரு சிக்கல் இருக்கிறது. உதாரணமாக, நாம் தற்போது பெறும் சூரிய ஒளி, சுமார் எட்டு நிமிடங்களுக்கு முன்னால் புறப்பட்டதாகும். அப்படிப் பார்த்தால், நாம் தற்போது தொலை நோக்கியில் பார்க்கும் பல லட்சம்/கோடி கிலோ மீட்டர் தூரத்தில் உள்ள நட்சத்திரங்கள் தற்போது அங்கு இருக்கிறதா என்பதே ஒரு கேள்வி. எனவே நம் கண்ணுக்கு தற்போது பிரத்யக்ஷயமாக தெரியும் உண்மையான நட்சத்திரமே, தற்போது உண்மையிலேயே அதன் இடத்தில் இல்லாமல் போயிருக்கலாம். எனவே தற்போது காண்பதாக இருப்பது என்பது உண்மையிலேயே அங்கு இல்லை என்றாகிவிடலாம். இதில் உண்மை எது என்பது நாம் எடுத்துக் கொள்வது? நாம் காணும் ஒளியையா? இல்லை அதன் இருப்பையா? எது உண்மை?

வேதாந்த விசாரங்களில் ஊர்ணநாபி (சிலந்தி) தத்துவம் என்று ஒன்று உள்ளது. அதை புரிந்து கொள்ளவது சற்று கடினமானது. ஒரு வேளை சரியாக புரிந்து கொள்ள முடியுமென்றால், இறைத்தன்மையின் தெளிவான விளக்கத்தை நோக்கி போக முடியும்.

இந்த உலகம்/பிரபஞ்சம் படைக்கப்பட்டது என்பது சிலந்தியின் வாயிலிருந்து வந்த பிசினை போன்றது என்கிறது. சிலந்தி தன் இரையை பிடிப்பதற்காக தன் வாயிலிருந்து ஊறும் பிசினை கொண்டு ஒரு வலையை கட்டமைக்கும். தவறாக போகும் பிசினை மீண்டும் தன் வாயிலேயே இழுத்துக் கொள்ளும். இதைத்தான் வேதாந்த விளக்கம் பயன் படுத்துகிறது.

சிலந்தி வலையை பின்னியவுடன், வலை பிரத்யக்ஷமாக தெரிகிறது. ஆனால், அந்த பிசின் எங்கிருந்து வந்தது? பயன் படாத பிசின் அதன் வாய்க்குள் திரும்பிய போது எங்கே, எப்படி மறைந்து போனது? பரந்து விரிந்திருக்கும் அந்த சிலந்தி வலையின் தற்போது உள்ள நிறை அளவை கணக்கில் கொண்டு பார்த்தால், அந்த சிறிய சிலந்தியின் வாய்க்குள் எப்படி சூட்சுமமாக மறைந்திருந்தது?

ஒரு தந்தையின் விந்துவாக இந்த சிறிய உயிர், எப்படி தாயின் கர்ப்பப்பைக்குள் சென்று, பத்தே மாதத்தில் நினைத்து பார்க்க முடியாத பல மடங்கு நிறையை பெற்று, இந்த உலகுக்கு வந்து, மனிதனாக பல ஆண்டுகள் வாழ்ந்து, பிறகு படிப்படியாக சீர்குலைவு அடைந்து, மரணித்து, எரித்து சாம்பலாகி ஒன்றுமில்லாமல் போகிறதே? அறிவியலின் கூற்று படி, மாறாமல் இருப்பதுதானே உண்மை நிலை? இதில் எந்த நிலையை உண்மை நிலை என்று எடுத்துக் கொள்வது? கரு உருவாக்கம், ஜனனம், வளர்ச்சி, ஸ்திர தன்மை, படிப்படியான அழிவு, மரணம் என்கிற பல நிலைகளை வேதாந்த விளக்கங்கள் எடுத்துக் காட்டுகின்றன.

சனாதன தர்மம், உண்மை என்கிற சொல்லை தவிர்த்துவிட்டு சத்யம், தர்மம் என்கிற பதங்களை பயன் படுத்துகிறது. அவை நம்பிக்கை என்கிற அடித்தளத்துக்கு மேலே எழுப்பப்படும் கட்டிடங்களாக இருக்கின்றனவே தவிர, அடித்தளத்தை ஆட்டம் கொள்ள செய்வதில்லை.

எனவே, ஒன்றுமில்லாததிலிருந்து எல்லாம் விரிவதும், பிறகு மீண்டும் ஒன்றுமில்லாததை நோக்கி ஒடுங்குவதும் இறைவனின் விளையாட்டு என்று வேதம் சொல்கிறது. அலகிலா விளையாட்டுடையான் அன்னவர்கே சரண் நாங்களே என்கிற கம்பன் வரிகளை நினைவில் கொள்க.

அறிவியலும், பெருவெடிப்பு தத்துவத்தின் அடிப்படையில் இந்த தத்துவத்தை ஏற்றுக் கொள்கிறது.

ஆயிரக்கணக்கான தலைகளுடனும், ஆயிரக்கணக்கான கண்களுடனும், ஆயிரக்கணக்கான கால்களுடனும், மிக பெரிய, கை விரல்களால் அளவிட்டு சொல்லமுடியாத, ப்ரும்மாண்ட விராடான புருஷனாக இறைத் தன்மை இருக்கிறது என்று புருஷ சூக்த்தத்தின் முதல் ஸ்லோகம் சொல்லுகிறது. இன்னும் அந்த ப்ருமாண்டத்தின் அளவினை வகைபடுத்தும் விதமாக, இந்த ஈரேழு பதினாலு லோகங்களும், இந்த இறைத் தன்மையின் வெளிப்பாட்டில் கால் பங்கே என்றும், மீதி முக்கால் பங்கு அந்த விராட புருஷனிடமே ஒடுங்கியிருக்கிறது என்றும் சொல்லுகிறது.

அது இருக்கிறது. அது இல்லாமலும் இருக்கிறது. இதை நன்கு புரிந்து கொள்வதே இறைத் தன்மையை அறிந்து கொள்வதற்கான ஆரம்பப் புள்ளி.

அறிவியலுக்கும் ஆன்மீகத்துக்கும் இடையிலான மிகப் பெரிய முரண் என்பது படைப்பில்தான். அறிவியல், தற்போதைய மானிட

இருப்பை ஒரு பரிணாம வளர்சியாக பார்க்கிறது. பெரு வெடிப்பில் தொடங்கி அனைத்து பேரண்டமும் உருவாகி, பல்வேறு உருமாறுதலுக்கு உள்ளாகி, பூமியில் ஒற்றை செல் உயிரினங்கள் தோன்றி, அதன் பின் படிபடியாக உயிரினங்கள் பரிணாம வளர்ச்சி பெற்று வருகின்றன என்கிறது.

சனாதன தர்மத்தில் விஷ்ணுவின் தசாவதார வரிசையை பார்க்கும் போது மட்டும், அது அறிவியலின் பரிணாம வளர்ச்சியோடு ஒத்து போகிறது. ஆனால் வேதாந்த கருத்துக்கள் படி இறைவனால் அனைத்து உயிரினங்களும் நேரடியாக படைக்கப்பட்டன என்று சொல்லப்படுகிறது.

சனாதன தர்மத்திலேயே, முழு முதற் கடவுள் யார் என்பதில் சித்தாந்தரீதியாக வேறுபட்ட கருத்துக்கள் இருக்கின்றன. சைவம்(சிவம்), வைஷ்ணவம்(நாரயணன்), கௌமாரம்(முருகன்), காணபத்யம்(கணபதி), சாங்தம்(சக்தி), சௌரம்(சூரியன்) என்று ஆறு கிளைகளாக பிரிந்து இருக்கின்றன. இதில் எது உண்மை? எனவேதான் வேதாந்த கருத்துகள் உண்மைத் தன்மையை ஆராயாதே என்கிறது. உன் மனம் எதை திடமாக ஏற்கிறதோ, அதன் முழு மூச்சாக நம்பு என்கிறது. நம்பினாற் கெடுவதில்லை. இது நான்கு மறை தீர்ப்பு. எனவே உண்மை என்கிற மண்வெட்டியை எடுத்துக் கொண்டு அலையாதீர்கள்.

திடமான ஒரு நம்பிக்கையின் மீது கட்டமைக்கப்பட்ட வாழ்வியலை, அறிவு என்கிற மண் வெட்டி கொண்டு வெட்ட துவங்கினீர்களேயானால், அது கொடுக்கும் எல்லையற்ற வெறுமையில் சிக்கி தவிப்பீர்கள் என்பதில் எள்ளவும் சந்தேகம் இல்லை.

வேற்று மதத்தினர் நம் மண்ணுக்கு வரும் வரை, சித்தாந்தரீதியான முரண்பாடுகள், நம் சனாதன தர்மத்துக்குள்ளேயே நிகழ்ந்து கொண்டிருந்ததன. வைணவம் சிறப்பானதா? இல்லை சைவம் சிறப்பானதா? என்ற விவாதங்களும், அதற்கு பல மன்னர்கள் துனை போனதும் பல நூற்றாண்டுகளாக நடந்தன. ஆனால் அதில் வெறுப்பும், வெக்கையும் இல்லவே இல்லை. தங்கள் கொள்கைகளை உயர்த்தி பிடித்தார்களே தவிர, வேற்று சித்தாந்தங்களை சிறுமை படுத்தவில்லை. கிருமி கண்ட சோழன் சம்பந்தப்பட்ட ஒரு சில நிகழ்வுகள் மிகவும் பிற்காலத்தில் நிகழ்ந்தவை. அது போன்றவைகளை வைத்து, ஒட்டு மொத்த அளவீடாக கொள்ள முடியாது.

இன்னும் சொல்லப் போனால், வேற்று மதத்தில் இல்லாத ஒரு சிறப்பு, நம் சனாதன தர்மத்தில் இருக்கிறது. அது சார்வாகம் என்று சொல்லப்படும், நாத்திகவாத அமைப்பு. ராமாயணத்தில், ராமர் வனவாசம் போனபோது, ஜாபாலி என்கிற ஒரு முனிவர் பல சார்வாக (நாத்திக) கருத்துக்களை ராமர் முன்னால் வைக்கிறார். அவைகளுக்கான நீண்ட விளக்கங்களும் ராமாரால் கொடுக்கப்படுகிறது. நீ இல்லை என்று சொல்வதால், இருப்பது இல்லாமல் போய்விடாது. உனக்கு புரியவில்லை என்பதுதான் நிதர்சனமானது என்பதுதான் அதன் அடி நாதம்.

வேற்று மதங்களில் இறைத் தன்மையை ஏற்றுக் கொள்ளாதவர்கள் அதே மதத்தில் தொடரமுடியாது. வெளியேற்றபபடுவார்கள். காரணம், அந்த மதங்களுக்குள்ளே, நாத்திக வாதங்களை முன் வைக்க இடமே இல்லை.

ஒரு முறை, காஞ்சி மாஹா பெரியவரிடம், ஒரு கிருஸ்தவ அன்பர், தான் சனாதன தர்மத்தின் பெரும் பண்புகளை கற்றதினால், ஒரு ஹிந்துவாக மாறிவிட விரும்புவதாக சொல்ல வந்தார். ஆனால், காஞ்சி மஹா பெரியவரோ, சனாதன தர்மம் என்பது ஒரு வாழ்வியல் முறையே தவிர, மதம் என்பது இல்லை. உங்களால், உங்கள் மதத்தை பின் பற்றிக் கொண்டே, சனாதன தர்மத்தின் பண்புகளை கையாள முடியும் என்று தெளிவுற சொல்லியிருக்கிறார்.

எனவே, இறைத் தன்மையை அறிய முற்படும் பயணம் என்பது ஒத்திசைவான ஒரு பெரும் கூட்டத்தை சேர்ப்பது என்பது அல்ல. ஒவ்வொரு தனி நபரின் உள்ளத்தில், தர்ம சிந்தனைகளை வீரிய விதைகளாக விதைப்பதுதான்.

இறைவன் ஒரு போதும் நீ எத்தனை பேருக்கு வெளிச்சம் காட்டி ஆட்டு மந்தைகளைப் போல பெரும் கூட்டத்தை என்னிடம் அழைத்து வந்திருக்கிறாய் என்று பார்பதில்லை. உனக்குள் என்னை பற்றி ஏற்பட்ட வெளிச்சம் எப்படிப் பட்டது என்றும், அதை எவ்வாறு உன்னை தொடர்ந்தவர்களுக்கு உணர்த்தினாய் என்பதைத்தான் அந்த இறைத் தன்மை பார்க்கிறது.

அஹம் ப்ரும்மாஸ்மி என்கிற மறை தத்துவம் அதைத்தான் சொல்கிறது.

ஆன்மீகம் என்பது பெரும் கூட்டமாக பார்க்கப்படுவதோ, கேட்கப்படுவதோ அல்ல, ஒவ்வொரு தனி மனிதர்களாக உள்ளுக்குள் உணரப்ப-

டுவது.

கவியரசு கண்ணதாசனைப் போல இறைத் தன்மையின் இரு வேறு நிலைகளை விவாதித்தவர்கள் யாரும் இருக்க முடியாது.

“நான் ஆத்திகனானேன் அவன் அகப்படவில்லை

நான் நாத்திகனானேன் அவன் பயப்படவில்லை”

கொஞ்சம் இந்த கவிதை வரிகளை உற்று அவதானித்தால் ஒன்று விளங்கும். அந்த பெரும் மெய்ப் பொருள், நம்மின் சின்ன சின்ன அபி-லாஷைக்கெல்லாம் அசைந்து கொடுக்கும் அற்ப சப்பாத்தி மாவு போன்-றது அல்ல. பகவத் கீதையிலேயே பகவான் ஸ்ரீ கிருஷ்ணர், அர்ஜூ-ணருக்கு தன் விஸ்வரூபத்தை சாதாரண மாமிச கண்களால் பார்க்க முடியாது என்பதை உணர்த்தி, திவ்ய திருஷ்டியை ஒரு சில கணங்கள் அவருக்கு கொடுக்கிறார். விவரிக்க முடியாத பேராற்றல் அது.

இறைத்தன்மையை அறிவதற்கு முன்னால் நீங்கள் யார்? இந்த பிர-பஞ்சத்தில் உங்கள் இருப்பு எவ்வளவு பங்கு என்பதை அறிய வேண்-டுமானால், ஒரு கடற்கரைக்கு செல்லுங்கள். அங்கு பரந்து விரிந்து, ஆர்பரிக்கும் அந்த பெருங்கடல், அதன் மேல் ப்ரும்மாண்டமாக ஒரு குடை போல பரிமளிக்கும் ஆகாயத்தை கவனியுங்கள். தகிக்கும் சூரி-யன், குளிர்மையை கொட்டும் நிலா, மின்னும் நட்சத்திரங்கள் என்று விரிந்து கொண்டே இருக்கும் அப் பெரு வெளிக்கு முன்னால் நாம் ஒரு தூசிலும் தூசு என்று உணர்வோம்.

கவியரசைப் போல நாத்திக கருத்துக்களை கொட்டி உமிழ்ந்தவர்கள் யாரும் இல்லை.

“இறைவன் உலகத்தை படைத்தானா, ஏழ்மையை அவன்தான் படைத்தானா?

ஏழையை படைத்தவன் அவனென்றால், இறைவன் என்பவன் எதற்-காக?”

..... இப்படி சொல்லிக் கொண்டே வந்தவர்

“இறைவன் இங்கே வரவில்லை, எனவே நான் அங்கு போகின்றேன்

வறுமை முழுவதும் தீர்ந்த பின்னே, மறுபடி ஒரு நாள் நான் வரு-வேன்”

என்கிறார்.

இறைத் தன்மை என்பது நம் ஆசாபாசங்களை கடந்து நிற்கும் ஒரு சாட்ஷி பூதம் என்பதை உணர்ந்ததும் வருகின்ற ஒரு சாத்வீக ரௌத்திரத்தின் வெளிப்பாடுதான் இந்த பாடல் வரிகள்.

அதே கண்ணதாசன் இறைவனை ஒரு தத்துவ புருஷனாக உணர்த்தும் கவிதை ஒன்றையும் நமக்கு தந்திருக்கிறார்.

"பிறப்பின் வருவது யாதென கேட்டேன், பிறந்து பார்ரென இறைவன் பணித்தான்

படிப்பென சொல்வது யாதென கேட்டேன், படித்துப் பார்ரென இறைவன் பணித்தான்

.... என்று சொல்லிக் கொண்டே வந்தவர்

"இறப்பின் பின்னது ஏதெனக் கேட்டேன், இறந்து பார்ரென இறைவன் பணித்தான்

அனுபவித்தேதான் அறிவது வாழ்க்கையெனில் ஆண்டவனே நீ ஏன் என கேட்டேன்

ஆண்டவன் சற்றே அருகில் நெருங்கி, அனுபவம் என்பதே நாந்தான் என்றான்.

வேதாந்தம் சொல்லும் மிக உயரிய கருத்தான இறைத் தன்மை என்பது அகத்தில் அறியப்படுவதேயன்றி, வெட்ட வெளியில் தேடியலைந்து கையகப்படுத்துவது அல்ல என்பதை தெளிவாக எடுத்து வைக்கிறார் கவியரசு.

பகவத் கீதையின் பத்தாவது அத்தியாத்தில், விபூதி யோகத்தில் பகவான் ஸ்ரீ கிருஷ்ணர் தான் எங்கும் எதிலும் நீக்கமற வியாபித்திருக்கும் ஒரு மஹோன்னதமான பரம்பொருள் என்பதை உணர்த்துகிறார்.

"தத் புருஷாய வித்மஹே மஹாதேவாய தீமஹி, தன்னோ ருத்ரப் பிரசோயாத்" என்கிற ருத்ர காயத்ரி மந்திரம் இறைவனை ஒரு தத்துவ பொருளாகவே பார்க்கிறது.

இன்றைக்கு ஆன்மீகம் மிகவும் மலினமான வணிக சந்தையாக மாறிக் கொண்டிருக்கிறது. என்றைக்கு, கலி புருஷனின் உந்துதலில் நாம் அறம் சார்ந்து வாழுவதை விட்டுவிட்டு பொருள் சார்ந்த வாழ்வியலை பேன ஆரம்பித்தோமோ, அப்போதிலிருந்தே, அத்வைத கருத்தின் படி, மாயத்திரை நமக்கும் பரமாத்மாவுக்கும் இடையே மிக வலுவாக அமைந்து விட்டது.

ராமாயணத்தில் ராமர் குறிப்பிடும் படியான ஜீவாத்மா என்கிற பறவை பழங்களில் ருசியில் உண்டு திளைத்துக் கொண்டிருக்கிறது. பரமாத்மா என்கிற இன்னொரு பறவை அதை சாட்ஷி பூதமாக பார்த்துக் கொண்டே இருக்கிறது. இதே கருத்தைத்தான் பகவான் ஸ்ரீ கிருஷ்ணர் உத்தவ கீதையில் சொல்கிறார்.

ஒரு மிகப் பெரிய வணிக கூட்டமைப்பு, அட்ஷய த்ருதியைக்கு தங்கம் வாங்கினால் வீட்டில் ஐஸ்வர்யம் கூடும் என்கிற வேதத்துக்கு புறம்பான ஒரு கூற்றை வைத்து வியாபார வலை விரிக்கிறது. சத்யம் வத: தர்மம் சர என்கிற அறம் சார்ந்த தத்துவங்களை புறம் தள்ளிய ஒரு கூட்டம் அதை நோக்கி ஓடுகிறது. வேதம் என்றைக்குமே தனத்தை மேலும் மேலும் பெருக்கிக் கொள் என்று சொல்லுவதே இல்லை. அதற்கு மாறாக, உன்னிடம் இருப்பதில் சிறிதளவை இல்லாதவர்களுக்கு, அந்த நல்ல நாட்களில், தானமாக கொடு என்றுதான் சொல்கிறது. இதை உரக்க சொல்வதற்கோ அல்லது கூர்ந்து கேட்பதற்கோ யாரும் தயாராக இல்லை. இப்படிப்பட்ட சூழலில் இறைத் தன்மையை எப்படி உணர வைப்பது?

உதாரணமாக, உண்டியலில் நூறு ரூபாய் போட்டுவிட்டாலோ, அல்லது கனகதாரா ஸ்தோத்திரம் சொல்லிவிட்டாலோ, அடுத்த பத்தாவது நாளில், குறைந்த பட்சமாக ஒன்பது மடங்கு தனத்தை இறைவன் கொடுத்துவிடுவான் என்கிற பண்டமாற்று முறையில், இறைவனை தனக்கான முகவராக சுருக்கி பார்க்கிற அவலம் தற்போது நிலவுகிறது.

மேகங்களின் மீது தேவர்கள் அமர்ந்து கொண்டு நமக்கு வேண்டிய பொருட் செல்வங்களை பொழிவார்கள். நாம் பொறுக்கிக் கொள்ள வேண்டியதுதான் என்கிற மாய தத்துவங்கள் இங்கு நிலைபெற தொடங்கிவிட்டன.

உனக்கும் கடவுளுக்கும் இடையே நான் முகவராக இருக்கிறேன். நீ என்னிடம் உன் தனங்களை காணிக்கையாக கொடுத்துவிடு, நான் உன் இன்னல்களை போக்குகிறேன் என்று மூலைக்கு மூலை போலிகளின் கூட்டம் பல்கி பெருகிவிட்டது.

இதை சரி செய்யாமல் எப்படி இவர்களை இறைத் தன்மையை நோக்கி பயணிக்கச் செய்வது?

மீண்டும் கவியரசின் வார்த்தைகளே ஞாபகத்துக்கு வருகின்றன.

“இருக்கும் இடத்தை விட்டு இல்லாத இடம் தேடி எங்கேக்கோ அலைகின்றாய் ஞான தங்கமே”

“மண்ணைத் தோண்டி தண்ணீர் தேடும் அன்பு தங்கச்சி, என்னைத் தோண்டி ஞானம் கண்டேன், இதுதான் என் கட்சி”

கீதையில் பகவன் ஸ்ரீ கிருஷ்ணர், ஒரு இலையோ, பூவோ, பழமோ அல்லது சிறிதளவு நீரோ எது வேண்டுமானாலும் எனக்கு கொடுப்பாயாக. நான் அந்த பொருட்களை கவனிப்பது இல்லை. உன் உள்ளார்ந்த அர்ப்பணிப்பை மட்டுமே பார்க்கிறேன்.

ஒரு பெரும் கூட்டம் கரும்பை விட்டுவிட்டு சக்கையை அல்லவா கொண்டாடிக் கொண்டு இருக்கிறது ! இதை சரி செய்யாமல் இறைத் தன்மையை எப்படி உணர்த்துவது?

நம் கர்மாக்களை நாம்தான் செய்ய வேண்டும். அதை செம்மையாக செய்து முடிக்க ஆத்ம பலத்தை அளிப்பதுதான் பக்தி.

“அசைவறு மதி கேட்டேன், இவை அருள்வதில் உனக்கெதும் தடையுள்ளதோ” என்கிற பாரதியில் பாடல் வரிகள் புரியும் என்றால், இறைத் தன்மையை நோக்கிய பயணம் இன்னும் தெளிவு பெறும்.

உபநிஷத்துக்களில் மிக பிரபலமான சொல் “நேதி நேதி” என்பது. இது இறை தேடுதலை சுட்டிக்காட்டும் ஒரு மந்திரச் சொல். இது இல்லை. அதுவும் இல்லை என்பது அதன் அர்த்தம்.

நம் சனாதன தர்மத்தில் இறை தருவித்தல் என்பது கிடையவே கிடையாது. ஒவ்வொருவரும் அந்த ப்ருமத்தை தேடி உணர வேண்டும். குரு என்பவர் வெறும் வழிகாட்டியாகவே இருப்பார். அதனால்தான் அவருக்கு தேசிகன் என்று பெயர். அதாவது, திசை காட்டுபவன், தேசிகன். இறைத் தன்மையை, தங்கத் தாம்பாளத்தில் ஒரு மாங்கனி போல எந்த ஒரு குருவும் தன் சீடனுக்கு அளிப்பதில்லை. முன்பே குறிப்பிட்டது போல இறைத் தன்மை என்பது காண்பதல்ல. உணரப்படுவது.

பிறப்பினால் யாரும் பிராம்ணர்கள் ஆவது இல்லை. எந்தச் சிறுவன் ஆத்ம ஞானத்தை பெற விழைகிறானோ, அவனது தாய் தந்தையர்கள், ஒரு ஆச்சார்யன் சாட்ஷியாக அவன் மூன்றாவது ஞானக் கண்ணை திறக்க உதவி செய்வார்கள். இதற்கு உப நயனம் என்று பெயர். நயனம் என்றால் கண் என்று சொல்லத் தேவையில்லை. பூனூல் போடுவது அதில் உள்ள சடங்கே தவிர, அதுதான் பிராம்ணன் என்பதற்கான அத்-

தாட்சியல்ல.

ஆத்ம ஞான பயிற்சியில், ஒவ்வொரு ஜீவாத்தமாவும் வேதம் என்கிற நூல்கள் வழியாக ஆராய்ந்து, இது ப்ருமம்ம் இல்லை, அதுவும் ப்ருமம்ம் இல்லை என்று ஒவ்வொன்றாக விலக்கிக் கொண்டே வர வேண்டும்.

நீ எவ்வாறு ப்ருமத்தை உணர்கிறாயோ, அவ்வாறு அது இருக்கிறது. தத்வமசி என்ற மந்திரச் சொல்லின் விளக்கம் இதுதான்.

ஒரு கட்டைவிரல் அளவுக்கு நீல நிற ஜோதியாக, ஒரு மின்னலின் கீற்று போலே, உன் ஹிருதயத்தில் கவிழ்ந்து இருக்கும் தாமரை போலே, பரம்ப்ருமம் இருக்கிறது. அதை நீ உணர்வாயாக என்று சொல்கிறது நாராயண சூக்தத்தின் ஒரு சில வரிகள். அவ்வாறு ப்ரும்மத்தை உணர்வதுதான், அஹம் ப்ரும்மாஸ்மி என்கிற மந்திரச் சொல்லின் அர்த்தம்.

இறைத் தன்மையை நம் வேவ்வேறு ஞானிகள், ரிஷிகள், சித்தர்கள் வேவ்வேறு கோணங்களில் அனுகியிருக்கிறார்கள். இங்கு அவர்களின் தெய்வ தரிசனத்தின் உண்மைத் தன்மையை ஆராய்வது வேதத்துக்கு புறம்பானது. ஆமாம், தத்வமஸி தத்துவத்தின் படி நாம் எப்படி இறைத் தன்மயை அனுகுகிறோமோ அதன் படியே இறைத் தன்மையை உணரமுடியும்.

அதனால்தான் சனாதன தர்மத்தில் இன்ன ரூபம் இன்ன தத்துவம்தான் கடவுள் என்பது கிடையவே கிடையாது. ஒவ்வொரு தனி மனிதனும் தன் ஆத்ம தேடலில் ப்ரும்மத்தை உணர, நேதி நேதி என்று தேவையற்றவைகளை தன் அஹத்தில் விலக்கிக் கொண்டு இறைத் தன்மையை உணர்கிறான்.

சாத்வீகமாக இருப்பவர்களுக்கு கடவுளின் ரூபம்/தத்துவம் கொழுக் மொழுக்கென்று வெண்ணை திருடும் கிருஷ்ணனாக அறியப்படலாம். தனம் சேர்க்கும் வைசிய குணம் உள்ளவர்களுக்கு தான்ய லக்ஷ்மியாகவோ/குபேரனாகவோ தோன்றலாம். படைவீரர்களுக்கு குதிரையில் அறிவாளோடு பயணிக்கும் ஐயணாராகவோ, கருப்பு சாமியாகவோ, சுடலைமாடனாகவோ இருக்கலாம்.

இவையேல்லாவற்றையும் தவிர்த்து ராமலிங்க அடிகளாரின் வழித்தோன்றலாக இருப்பவர்களுக்கு ஜோதி ஸ்வரூபமாக காட்சியளிக்கலாம்.

சித்த புருஷரான அருணகிரிநாதர் ஷண்முகநாதரை ஒரு தத்துவ ஸ்வரூபராக காட்சி கொள்கிறார்.

"உருவாய் அருவாய் உளதாய் இலதாய்

மருவாய் மலராய் மணியாய் ஒளியாய்
கருவாய் உயிராய் கதியாய் விதியாய்
குருவாய் வருவாய் அருள்வாய் குகனே''

உபநிஷதங்கள் ப்ரும்மத்துக்கு காதோ, கண்களோ எதுவுமே கிடையாது. சூட்ஷும ஸ்வரூபமாக இருந்து கொண்டே, ஸ்தூல ஸ்வரூபத்துக்கான குணங்களை அந்த இறைத் தன்மையை கையாள முடியும் என்கிறது.

''அந்தர் பஹிஸ்தத் சர்வம் வ்வாப்ய நாராயண ஸ்தித:'' என்று நாராயண ஸூக்தம், இறைத் தன்மையின் சிறப்பை தெளிவாக விளக்குகிறது.

அதாவது, இறைத் தன்மையை காலத்தாலோ, இடத்தாலோ, தூரத்தாலோ அடக்கிவிட முடியாது. அவர் ஒரே சமயத்தில் உள்ளும் இருப்பார், புறமும் இருப்பார். இங்கும் இருப்பார், அங்கும் இருப்பார். அன்றும் இருப்பார். இன்றும் இருப்பார்.

அனோரனீயான் என்கிற பதம் வேதங்களில் பயன் படுத்தப்படுகிறது. அனு என்பது மிக சிறிய துகள் என்று எடுத்துக் கொண்டாலும், அந்த அனுவுக்குள் அனுவாக இறைத் தன்மை இருக்கிறது என்கிறது வேதம்.

அதே மாதிரி பகவத் கீதையில் ஸ்தித ப்ரக்ஞயனை குறிப்பிடும் போது, துவந்த (இரட்டை) நிலையை பகவான் ஸ்ரீ கிருஷ்ணர் குறிப்பிடுகிறார். இன்பம், துன்பம்; ஆனந்தம், சோகம்; வெற்றி, தோல்வி; நல்லது, கெட்டது என்று பல இரட்டை நிலைகள் இருக்கின்றன.

இதைத்தான் அருணகிரினாத சித்தர் பயன்படுத்தி இருக்கிறார். அவர் உருவம் கொண்டும் இருப்பார். அருவமாக கண்ணுக்கு புலப்படாமலும் இருப்பார். இருப்பை காட்டுவதாகவும் இருப்பார். இல்லாமல் இருக்கும் வெற்று வெளியாகவும் இருப்பார். சிறு மொட்டாகவும் இருப்பார். பூத்த மலராகவும் இருப்பார். திடப் பொருளாகவும் இருப்பார். திடமற்ற ஒளியாகவும் இருப்பார். ஒரு தாயின் வயிற்றில் சின்னஞ்சிறு கருவாகவும் இருப்பார். பிறந்து வளர்ந்த உயிராகவும் இருப்பார். ஒரு செயலின் காரணமாகவும் இருப்பார். அச் செயலின் விளைவாகவும் இருப்பார். அப்படிப்பட்டவரான குகக் பெருமானான முருகக் கடவுள் வந்து என்னை அருள்பாலிப்பார் என்கிறார் அருணகிரினாத சித்தர்.

நம்மாழ்வார் தன் திருவாய் மொழியில், ‘‘ஆண் அல்லன், பெண் அல்லன், அல்லா அலியும் அல்லன்’’ என்கிறார். அதன் பிறகு ‘‘உளன் அல்லன், இல்லை அல்லன்’’ என்கிறார்.

இந்த வரிகளை கூர்ந்து கவனியுங்கள். இறைத் தன்மையை நம்மைப் போன்ற ஒரு ஆண் சரீரமாகவோ, அல்லது பெண் சரீரமாகவோ அல்லது இரண்டும் கலந்ததாகவோ, இருப்பதாக, இல்லாததாக என்று எதிலும் வகைப்படுத்திவிட முடியாது என்று சொல்கிறார்.

அதே திருவாய்மொழியில் நம்மாழ்வார், ‘‘பத்துடை அடியவர்க்கு எளியவன், பிறர்களுக்கு வித்தகன்’’ என்கிறார்.

எங்கள் கிராம வட்டார வழக்கில் ஒரு கூற்று உண்டு. ‘‘ நீ ஒரு அடி எடுத்து வை. நான் பத்தொன்பது அடி எடுத்து வைக்கிறேன்’’ என்பார்கள். அதாவது உனக்கு ஒன்றை அறிந்து கொள்ள வேண்டும், புரிந்து கொள்ள வேண்டும் என்கிற ஆவலின் முதல் மொட்டு மலர வேண்டும். அது வந்து விட்டால் நான் உனக்கு உதவி செய்வேன் என்பதாகும். ஒரு குழந்தையின் அழுகையை வைத்துத்தானே ஒரு தாய் அதற்கு பசி காரணமாக இருக்குமோ என்று யோசிக்கிறாள்?

இறைதன்மையை நோக்கி நகரத் தொடங்கினால் அது எளிது என்றும், அதன் மீது நம்பிகையற்று போனால் மிகக் கடினமானது என்பதுதான் அர்த்தம்.

வேதாந்த விளங்கங்களில், ஒரு சில ரிஷிகளுக்கு இறைத் தன்மையை புரிந்து கொள்ள கால அவகாசம் கொடுக்கப்பட்டு அதற்கான முறையையும் சொல்லிக் கொடுக்கப்படுகிறது.

அவர்களும் வனத்துக்குள் சென்று பல காலம் தவம் இருந்து விட்டு திரும்பி வருகிறார்கள். அப்போது அவர்களிடம், ‘‘என்ன புரிந்து கொண்டீர்கள்?’’ என்கிற கேள்வி வைக்கப்படுகிறது. அவர்களின் பதில்தான் நமக்கு முக்கியமானது.

‘‘மிக நன்றாக புரிந்து கொண்டோம். அதாவது அவன் புரிதலுக்கு அப்பாற்ப்பட்டவன் என்பதை மிக தெளிவாக புரிந்து கொண்டோம்’’ என்கிறார்கள்.

இதைத்தான், விஷ்ணு சகஸ்ரநாமத்தில், பீஷ்மர் ‘‘அஹ்க்ராஹ்ய’’ என்று ஆயிரம் நாமங்களில் ஒன்றாக நமக்கு சொல்கிறார். நம் அறிவினால் அவரின் தன்மையை புரிந்து கொள்ள முடியாது என்பதுதான்

நிதர்சனம்.

இதே மாதிரி, "அமேயாத்மா" என்பதில் எவற்றாலும் அளவிட முடி-யாதவர் என்றும், "அதுல" என்பதில் அவரை எடை போட்டு சொல்லி-விட முடியாது என்றும் "துராதர்ஷ" என்பதில் நீரை கலக்குவது மாதிரி எளிதில் கலக்கிவிட முடியாது என்றும் இறைத் தன்மையின் மேன்-மையை பீஷ்மர் சொல்லுகிறார்.

ஒன்று இருக்கிறதா இல்லையா என்பதை தெரிந்து கொள்ள, மூன்று விதமான ப்ரமானங்கள் (நிரூபணங்கள்) இருக்கின்றன. முதலில் வருவது ப்ரத்யட்சம் என்பது. அதாவது, நம் கண்களால் அறிப்படுவது.

கவிஞர் வாலியின் வார்த்தைகளில் சொல்லப்போனால், "நேரில் நின்று பேசும் தெய்வம், பெற்ற தாயன்றில் வேறு ஏது?"

நம் கண்ணுக்கு ப்ரத்யட்சமாக இருந்து கொண்டு, இந்த உலகின் அனைத்து ஜீவன்களில் ஆதாரமாக இருக்கும் சூரியன், தெய்வமன்றி வேறென்ன?

அடுத்தது, அனுமானம். நாம் ஒன்றை நேரில் பார்க்க முடியாவிட்-டாலும், அதை அனுமானிக்க முடியும். உதாரணமாக, ஒரு இடத்திரு-லிருந்து புகை வருகின்றதென்றால், அங்கே நிச்சயம் நெருப்பு இருக்கும். புகையை வைத்து, நெருப்பை புரிந்து கொள்வது அனுமானம்.

அடுத்தது சப்தம். ஒன்றை மேற்கோள் காட்டி, அதை ஆதாரமாக கொள்வது. ஒரு வேத வாக்கியத்தையோ, அல்லது ரிஷிகளின் வார்த்-தைகளையோ பிரமானமாக எடுத்துக் கொள்வது. அது அவ்வாறு சொல்லியிருக்கிறது, அவர் அவ்வாறு சொல்லியிருக்கிறார். ஆகவே, அதை நிரூபனமாக கொண்டு, அந்த கருத்தை ஏற்றுக் கொள்வது.

இறைத் தன்மை ஏன் அவசியம் என்பதற்கு சமூகரீதியாக ஒரு கருத்து இருக்கிறது. ஒரு நல்ல சமூகம், அறம் சார்ந்து செயல்படுவதற்கு, அதை முன்னெடுத்து செல்வதற்கு, ஒரு தலைவன் தேவை. எண்சான் உடம்புக்கு சிரசே பிரதானம் அல்லவா?

அம்மா தன் குழந்தைக்கு உணவு ஊட்ட பூச்சாண்டி என்று பயம் காட்டி அந்த குழந்தையின் வயிற்றை நிரப்புவாள். பூச்சாண்டி என்பது உண்மையிலேயா இருக்கிறதா, அப்படியே அது இருந்தாலும் சாப்பிடாத குழந்தையை அது பயமுறுத்துமா என்பது கேள்வியே அல்ல. அப்படி ஏற்படும் நம்பிக்கையால், அந்த குழந்தைக்கு வேண்டிய உணவு முழு-

மையாக கிடைக்கிறதா என்பதுதான் முக்கியம்.

நம் சமூகத்தில் இறைத் தன்மையும் ஒரு குழந்தைக்கான பூச்சாண்டியைப் போலத்தான் கட்டமைக்கப்பட்டிருக்கிறது. தவறு செய்தால் சாமி கண்ணை குத்திவிடும் என்கிற சொல் வழக்கு இன்னும் கிராம வட்டார வழக்கில் உள்ளது.

இங்கு சற்று உற்று கவனியுங்கள். உண்மை இங்கு ஆராயப்படுவதில்லை. அசைக்க முடியாத நம்பிக்கைதான் இங்கு ஆதாரமாக இருக்கிறது. இந்த நம்பிக்கை குலையும் போது சமூகத்துக்கான சீரழிவுகள் தென்பட ஆரம்பிக்கும். புதிய நம்பிக்கைகள் பிறக்கும் வரை அந்த சமூகம் அதற்கான விலையை கொடுக்க வேண்டியிருக்கும்.

ஒரு முறை காஞ்சி மஹா பெரியவரை ஒரு ஆன்மீக அன்பர் சந்தித்தாராம். பல தத்துவார்த்த ஆன்மீக கருத்துக்கள் அவர்களிடையே நீண்ட விவாதமாக நடந்தேறியதாம். ஆத்ம ஞானம் பெற்ற அந்த நண்பர், அகம் மகிழ்ந்து, ஏன் இந்த தத்துவ ஞான விசாரங்களை (பரம் பொருளை தத்வ ஸ்வரூபமாக பார்ப்பது) அனைவருக்கும் பொதுவாக கொடுக்கக் கூடாது என்று கேட்டாராம்.

அதற்கு காஞ்சி மஹா பெரியவர், பக்தர்கள் உத்தம, மத்யம, அதம என்று மூன்று நிலைகளில் இருப்பார்கள். எப்படி நன்கு பசித்து இருக்கும் ஒருவனுக்கு திட உணவை கொடுத்தால், உணவு செரிமானத்துக்கு இடைஞ்சல் வருமோ அதே மாதிரி கடை நிலையில் இருக்கும் பக்தனுக்கு, தெய்வம் என்பது அரூபமானது, தத்வமானது என்று சொன்னால் குழம்பிப் போவான். அவனுக்கு, தெய்வம் என்பது அவனை நிர்வாகம் செய்யும், கட்டளை இடம் எஜமானனாக இருப்பார் என்று சொன்னால்தான் புரியும். அவ்வாறு சொல்வது, நன்கு பசித்தவனுக்கு இலகுவான திரவ ஆகாரம் கொடுப்பது போல ஆகும்.

ஓரளவு அவன் உன்னதம் பெற்று மத்திய நிலைக்கு வரும் போது, அவனுக்கு பூஜா முறைகளையும் சொல்லிக் கொடுத்து, கூடவே தெய்வம் என்பது பல ரூபங்கள் கொண்டது. அதில் அரூபமும் ஒரு ரூபம் என்று சொல்லிவைக்கும் போது அவன் அடுத்த நிலைக்கு நகரத் தொடங்குவான். அசைக்க முடியாத நம்பிக்கை என்கிற சங்கிலி எப்பாடும் குலைந்து போகாமல், ஒரு பக்தனின் ஆத்ம தரிசனம் ஒவ்வொரு நிலையாக தாவித்தாவி போகும்.

உத்தம நிலையை அடைந்தவன் ஞானி. அவனுக்கு திவ்ய திருஷ்டி கிடைக்கும் போது, அவனுடைய ஆன்மீக பயணம் ஒரு தெளிவான ஓடையில் பயணிக்கும் ஒரு ஓடத்தை போலிருக்கும்.

உண்மை என்பது கூர் முனை கொண்ட கத்தி போல. காய் நறுக்குவதற்கும் உதவும். யாரையாவது முடித்து வைக்கவும் உதவும். ஆனால் நம்பிக்கை அப்படி அல்ல. அது எல்லை தாண்டி, மூட நம்பிக்கை என்று ஆகதபடி பார்த்துக் கொண்டால் போதுமானது.

தற்போது கொடுக்கப்படும் நோபல் பரிசை ஸ்தாபிதம் செய்தவர் ஆல்ஃபெரட் நோபல் என்பவர். அவர்தான் டைனமைட் என்கிற வெடி பொருளை கண்டுபிடித்தவர். டைனமைட் ஆக்க பூர்வ செயல்பட்டதை விட, அழிவுக்கு செயல் பட்டதே அதிகம். தன் செயலுக்கு பிராயசித்தமாகத்தான் அவர் அந்த உலகளாவிய பரிசை தன் அமைப்பின் மூலமாக வழங்க ஆரம்பித்தார் என்று ஒரு பேச்சு உண்டு.

ஜீவர்கள் ஒவ்வொரு செயல்களும் ஒரு தொடர் சங்கிலி போலே. அவர்களின் செயல்களுக்கு அப்போது இருப்பவர்களும், இனி வருபவர்களும் அதற்கான விலையை கொடுத்தே ஆகவேண்டும். எங்களால், எல்லாம் முடியும் என்கிற அஹங்காரம் நீங்கும் வரை, சாட்ஷி பூதம் பார்த்து கொண்டுதான் இருக்கும்.

ஜீவாத்மாக்கள் எல்லாம் ஒன்றே என்றாலும். அவரவர் கர்ம பலன்களுக்கு ஏற்றால் போல பல நிலைகளில் இருப்பார்கள். எனவே, இறை தேடல் என்பது ஒவ்வொருவருக்கும் தனித்துவமானது. இன்றை போதிக்கப்படும் கல்வி முறை என்பது வலிந்து ஊட்டப்படுபவது. குருகுல கல்வி முறை இதற்கு முற்றிலும் மாறுபட்டது. மானுடர்கள் எல்லோரும் சமமானவர்கள் இல்லை.

ஒரு முறை குருவிடம் சிஷயன் கேட்டான். “குருவே, நீங்கள் ஆன்ம ஞானம் பெற்ற மாஹானுபாவர். மிக உயர்ந்த இடத்தில் இருக்கிறீர்கள். உங்களுக்கு திவ்ய திருஷ்டி கிடைத்திருக்கும். அதை இந்த அடியேனுக்கு விளக்கிச் சொல்வீர்களா”

குரு ஒரு புன்னகையை உதிர்த்துவிட்டு, “குழந்தாய், நீ ஒரு நீண்ட உயரமான சுவரை ஒட்டி நின்று கொண்டிருக்கிறாய் என்று எடுத்துக் கொள்வோம். நீ இருக்கும் பக்கத்திலேயே, நான் சற்று உயரமான இடத்தில், சுவருக்கு மறுபக்கம் என்ன நிகழ்கிறது என்கிற வகையில் இருக்-

கிறேன் என்று வைத்துக் கொள்ளலாம்.''

''நான் அந்த நிகழ்வுகளை பார்த்து அடிக்கடி பரவசப் படுகிறேன். அதை பார்த்து உன் ஆவல் கூடுகிறது. நான் என்னதான் மிக விரிவாக எடுத்துச் சொன்னாலும், நீ இங்கு வந்து அதை உணர்வது மாதிரி இருக்காது. எனவே என்னிடம் என்ன அது என்பதை கேட்பதை விட நீ, என் நிலைக்கு உயர்ந்து வந்து நீயே நேரடியாக உணர்வாயாக'' என்று சொன்னார்.

ஆக, கடவுள் இருக்கிறாரா இல்லையா என்கிற பொது வெளி கேள்வியே தவறானது. ஒரு வேளை நீங்கள் ஆத்ம தரிசனம் கொள்ள விருப்பப்பட்டால், உங்கள் உள் நோக்கிய பயணத்தை இப்போதே தொடங்குங்கள். அசைக்க முடியாத நம்பிக்கை கொள்ளுங்கள். ஒரு நாள் நீங்கள் ஏதோ ஒன்றை உணர்வீர்கள். அது மற்றவர்களிடமிருந்து வேறுபட்டதாகவும் இருக்கலாம். ஒத்து போனாலும் போகலாம்.

நீங்கள் அந்த நிலைக்கு வரும்போது மேற் சொன்ன வெளிக் கேள்வி உங்களுக்குள்ளே நிச்சயம் வந்திருக்காது. அப்படி வந்திருந்தால், உங்கள் தேடல் முற்று பெறவில்லை என்பது பொருளாகும்.

நம் சமூகத்தின் வாழ்க்கைச் சக்கரம் முன் செல்ல, நம்பிக்கை என்பது உந்து சக்தியாக இருக்கிறது. ஏதாவது ஒரு நம்பிக்கை மிக அவசியம். பிறக்கு தீங்கு விளைவிக்காத, தன் சிந்தனைகளை ஏற்றுக் கொள்ளதவர்களை வெறுக்காத ஒரு ஆத்திகனும், நாத்திகனும் தன் வாழ்வியலை செம்மையாகவே கொண்டிருக்கிறார்கள்.

ஒரு ஆத்திகன் என்பதற்காகவே, எல்லாவித பொருளார்ந்த கொடைகளையும் அந்த இறைத் தன்மை கொடுத்து விடுவதில்லை. அவன் நாத்திகன் என்பதாலேயே, அவன் முனைந்து பெற்று பொருட் செல்வங்களை தடுத்து விடுவதும் இல்லை.

இன்னும் குறிப்பாகச் சொல்லப்போனால் அரை வேக்காடான ஆத்திகனும், அரை வேக்காடான நாத்திகனும் அவர்களது வாழ்வில் குழப்பங்களையே சந்தித்திருப்பார்கள்.

அசைவுறு மதிதான் ஆண்டவனால் அளிக்கமுடியுமே தவிர அசையா சொத்துக்கள் அல்ல.

இறைத் தன்மையும் ஒரு ஸ்தித பிரயக்யன்தான். ஒருவன் ஆத்திகன் என்பதற்காக ஆர்பரிப்பதும் இல்லை. நாத்திகன் என்பதற்காகவே

அவனை வெறுத்து ஒதுக்குபவரும் இல்லை.

இறைத் தன்மையும் ஒரு சாட்ஷி பூதம்தான். நமக்கான போரை நாம்தான் நடத்த வேண்டும். அதற்கான தகுந்த ஆத்ம பலத்தை மட்டுமே, தகுந்த நேரத்தில் தர முடியும். நமக்காக அது போரிடாது. எல்லாவற்றையும் இறைத் தன்மையே செய்துவிடும் என்றால் மனுஷ்ய ஜீவன்களின் இருப்புக்கான கேள்வியே வருகிறது.

இந்த வார்த்தைகள் மீண்டும் சொல்லப்படுகிறது.

இறைத்தன்மை என்பது காணப்படுவது அல்ல. உணரப்படுவது. அதற்கு த்ருட விஸ்வாசம் மிகவும் அவசியம்.

உங்களுக்கு உள்ளே பயணப்படுங்கள். நம்பிகை கொள்ளுங்கள். புற வெளியில் கூறப்பட்ட உண்மைகளை அலச முற்படாதீர்கள். தேடித் தேடி திட மன வலிமை (ஆத்ம பலம்) பெறுங்கள். இந்த உலக இருப்பில் வாழ்வாங்கு வாழ்ந்து, நல் அறம் பேணி, நீங்கள் இந்த பூவுலகம் வந்ததற்கு ஒரு காரணம், அதன் அர்த்தம் என்பதை பதிவு செய்துவிட்டு செல்லுங்கள். நீங்கள் எதை தேடினீர்களோ அது நிச்சயம் கிடைத்திருக்கும். அதை மற்றவர்களிடம் சொல்லி நிரூபணம் செய்ய வேண்டிய அவசியம் உங்களுக்கு அந்த சமயத்தில் இருக்காது.

அது இருக்கிறது. அது இல்லாமலும் இருக்கிறது.

8

அன்னையும் பிதாவும் - எங்கே கடவுள்?

ஔவைப் பாட்டி எழுதிய பல இலக்கிய நூல்களில் மிகச் சிறப்பானது கொன்றை வேந்தன். அதில் ஔவைப் பாட்டி முதன் முதலாக குறிப்பிடும் வாக்கியம்;

“அன்னையும் பிதாவும் முன்னறி தெய்வம்”

இதன் பொருள் விளக்கத்தை பார்க்கப்போனால், நம் முன்னே கண் கண்ட தெய்வமாக இருப்பவர்கள் நம் தாயும் தந்தையுமே.

இந்த இருவர்களைத் தாண்டி, நமக்கு பிரத்யக்ஷயமாக அறியப்படும் கடவுளாக இருப்பவர் தினம் உதித்து மறையும் சூரியன்.

இந்த பூமியில் உள்ள உயிரினங்களெல்லாம் செழித்து வளர, மூல காரணமாக இருப்பது ஆதித்யன். சூரிய ஒளி மட்டும் இல்லையென்றால், எல்லா உயிரினங்களும் ஒரு சில வருடங்களில் முடிவுக்கு வந்துவிடும் என்பது இயற்கையின் விதி. எனவே அந்த சூரியனும், கண்ணுக்கு புலப்படும் ஒரு கடவுள் என்பதில் மாற்று கருத்து இருக்க முடியாது.

நாத்திகம் பேசுபவர்கள் கூட படைப்பு என்கிற ஒற்றை வார்த்தையை இந்த பிரபஞ்சத்தின் ஆதாரமாக ஏற்றுக் கொள்கிறார்கள். இந்த ஆதாரத்தின் ஆதாரம் என்பது யார் என்பதில்தான் சிக்கல். 99% ஓகே. 1% ஓகே இல்லை. அவ்வளவே.

பிரபஞ்ச படைப்பு, இந்த உலக படைப்பு, மற்ற உயிர்களின் படைப்பு என்கிற சிக்கலான தத்துவ விசாரங்களில் நாம் சிக்கிக் கொள்ளாமல்,

நம் பிறப்பின் ஆதாரம் என்று சுருக்கிக் கொள்வோமேயானால், அங்கு நம் ஒவ்வொருவரின் தாய்தான் உயர்ந்து நிற்கிறாள்.

நம் அன்னையின் வயிற்றில் உதித்த கருவுக்கு விந்து கொடுத்தவர் நம் தந்தை. அதை பெற்று, சுமந்து, வளர்ந்து, முழுமை ஆக்கி நம்மை உலகுக்கு அறிமுகப் படுத்தியவள் நம் தாய்.

அன்னையின் கருவை சக்தியாக கொண்டால், அதற்கு சிவமாக இருப்பது நம் தந்தை. எனவே, இந்த இருவர்கள் மட்டுமே, நம் முன்னால் அறிப்படும் தெய்வங்கள். சிவம் இல்லையேல் சக்தி இல்லை. சக்தி இல்லையேல் சிவம் இல்லை என்கிற கோட்பாடுக்கு நம் பிறப்பின் ஆதாரத்தையே கொள்ளலாம்.

திரைப்பட பாடலாசிரியர் வாலி அம்மாவின் உயர்வைப் பற்றி குறிப்பிடும் போது, “நேரில் நின்று பேசும் தெய்வம் பெற்ற தாயன்றி வேறொன்று ஏது?’ என்கிறார்.

அதற்கு முன்னுரையாக, “அம்மா என்று அழைக்காத உயிரில்லையே, அம்மாவை வணங்காது உயர்வில்லையே” என்கிறார் வாலி. பின் வரும் வரிகளில், “ஈரைந்து மாதங்கள் கருவோடு எனைத் தாங்கி நீ பட்ட பெரும்பாடு அறிவேனம்மா. ஈரேழு ஜென்மங்கள் எடுத்தாலும், உழைத்தாலும், உனக்கிங்கு நான் பட்ட கடன் தீருமா?” என்று சொல்லி, நம் உயிருக்கு ஆதாராமாக இருப்பவள் இவள் ஒருத்தி மட்டுமே என்பதை “உன்னாலே பிறந்தேனே” என்கிறார்.

கன்றுக்குட்டி கூட “ம்மா” என்று அம்மாவைத்தான் அழைக்கிறது. மற்ற விலங்கினங்களினால் பேச முடியாவிட்டாலும், தங்களின் உடல் மொழியினால் அன்னையின் மீதான பேரன்பை அடிக்கடி வெளிக்காட்டிக் கொண்டே இருக்கின்றன.

அறிவியலில் potential Energy and Kinetic Energy என்று சக்தியை இரு வகைகளாக பிரிப்பார்கள். ஒரு அனையில் நீர் மதகுகளால் அடைப்பட்டு தேங்கி நிற்கும் போது அது potential Energy. ஆனால் அதே நீர் மதகுகளால் விடுபட்டு பேராற்றலுடன் வெளிப்பட்டு, சக்கரங்களை சுழல வைக்கும்போது மின்சாரம் வெளிப்படுகிறது. இது Kinetic Energy.

“சிவனே என்று சும்மா இரு” நம் கிராமிய பேச்சு வழக்கு ஒன்று உண்டு. அந்த சிவம்தான் சக்தியின் மூலாதாரம்.

சிவம் என்பது அரூபமானது. கண்ணுக்கு புலப்படாது. நம் அன்னையின் கருப்பையில் சூல் கொண்ட அந்த ஒற்றை விந்து போல. அதனால்தான் நாம் சிவனை லிங்க வடிவமாக (அரூபத்தின் ரூபம்) வழிபடுகிறோம்.

சிவம் என்பது அணையில் தேங்கிய நீரில் ஒளிந்திருக்கும் மின்சாரம் போன்றது.

சக்தி என்பது பேராற்றல் கொண்டது. நல்லதை ஆக்கவும் செய்யும். கெட்டதை அழிக்கவும் செய்யும். எனவேதான் நல்லவர்களை காப்பவளும், கெட்டவர்களை அழிக்கும் தெய்வமாக துர்கையம்மன் சித்தரிக்கப்படுகிறாள். என்னதான் சக்தி வீரிட்டு எழுந்து ஆர்பரித்து, அனைத்தையும் செய்து முடித்தாலும் அதன் வேராக, சூட்சுமமாக இருப்பது சிவம் அன்றில் வேறில்லை.

நம் தந்தை சிவனை போன்றவர். அவர்தான் நம் பிறப்பின் ஆதாரம் என்பதை நம் அம்மா சொல்லித்தான் தெரிந்து கொள்கிறோம். அவள் சொல்வதை நம்புகிறோம். தந்தை என்கிற பதம் அரூபமானது. அந்த நம்பிக்கைதான் வாழ்க்கை. அதானே எல்லாம்.

அன்னை, தந்தை என்கிற சொற்களை தனி நபர்களாக பார்ப்பதை விட்டுவிட்டு, அவைகளை இரு பண்புகளாக நாம் கொள்ளலாம்.

அன்னை என்பது அன்பின் அடையாளம். தந்தை என்பது அறிவின் குறியீடு. நிகழ்கால வாழ்க்கையில் ஒரு சிலருக்கு தாய் அன்பின் அடையாளமாகவும், தந்தை அறிவின் குறியீடாகவும் இருக்கலாம். ஒரு சிலருக்கு அதுவே மாறி அமைந்திருக்கலாம். அல்லது ஒரு சிலருக்கு தாயே அன்பையும் அறிவையும் கொடுத்தவராக இருக்கலாம். மற்றவருக்கு தந்தையே அந்த இரண்டு பண்புகளின் ஊற்றாக இருந்திருக்கலாம். ஆக, இடம் மாறியும் மாறாமலும், ஒன்றினைந்தும் இவ்விரண்டும் இருக்கலாமே தவிர, அதன் சிறப்புகளில் எந்தவித தொய்வும் இருப்பதில்லை.

அர்தநாரி என்றும் மாதொருபாகன் என்றும் நாம் சிவசக்தியை வணங்குகிறோம். அது ஏதோ வெளியில் காணப்படும் ஒரு குறியீடு அல்ல. நாமே ஒரு அர்தநாரிதான். நாமே ஒரு மாதொருபாகந்தான். தந்தையும் தாயும் சேர்ந்த கூட்டு கலவைதானே நாம். இரு தெய்வங்களால் படைக்கப்பட்ட ஒரு உயிரினம்தானே நாம்.

தொப்புள் கொடி மூலமாக நம் அப்பா, அம்மாவின் குணநலன்களும் (நல்லது கெட்டது இரண்டுமே) நம் செல்களில் பிறப்பின் போது பதி-

விரக்கம் செய்யப்படுகின்றன. அந்த கலவையின் சதவிகிதம்தான் ஒரு-வருக்கு ஒருவர் மாறுபடுகின்றதே தவிர, நாம் எல்லோருமே அர்தநாரி-தான்.

நம் சனாதன தர்மம் நான்கு அடுக்குகளாக மாதா, பிதா, குரு, தெய்வம் என்கிறது. அப்பா உயிருக்கான விதை கொடுக்கிறார். அம்மா அதை கருவிலே தாங்கி, வளர்த்து, பிரசவித்து மரம் ஆக்குகிறாள். ஒரு ஜீவன் அம்மாவின் தொப்புள் கொடி பிடித்து வளர்கிறது. அவள் அவனை ஈன்றவுடன், தந்தையின் கை விரல் பிடித்து ஞானம் விழை-கிறது.

ஒரு சிறுவன், வேதங்கள் கற்கும் வயது வரும் வரை அவன் ஞான குருவாக அவன் தந்தையே இருக்கிறார். உபநயனம் என்று இன்னொரு (மூன்றாவது - ஞானக்) கண் திறக்கப்பட அவசியம் இருக்கிறது என்-பதை அறிந்த அவன் தந்தையும் தாயும், ஒரு ஆச்சார்யன் முன்னிலை-யில், அவன் காதில் காயத்ரி மந்திரத்தை ஓதி அவன் ஞான தேடுதலை தொடங்கி வைக்கிறார்கள். உயநயனம் நடக்கும் வரை தந்தைதான் குரு.

மந்திரங்களுக்கெல்லாம் மந்திரமாக ஜொலிப்பது காயத்ரி மந்திரமா-கும். எனவேதான் இதை மஹா மந்திரம் என்கிறார்கள். இதை நம் மூச்-சுக் காற்று மாதிரி உள்ளுக்குள் ஜபிக்க வேண்டும் என்கிறது சனாதன தர்மம். இதை நமக்கு அளிக்கும் அதிகாரம் நம் தாய் தந்தையர்க்கு மட்டுமே உண்டு. உபநயனம் நடக்கும் போது (ஞானக் கண்ணை திறக்க உதவும் போது) பட்டு துணியை போர்த்தி ஒரு ஆச்சார்யன் சாட்ஷியாக, நம் பெற்றோர் நம் காதுகளில் அந்த மந்திரத்தை சொல்லுவார்கள். கார-ணம், தகுதியற்றவர்கள் அந்த அதி அற்புதமான மந்திரத்தை கேட்டுவி-டக் கூடாது என்பதற்காக. இதில் முக்கியமாக கவனிக்கப்பட வேண்டியது என்னவென்றால், ஆத்ம தேடலுக்கு மிக மிக ஆதாரமாக இருக்கும் மந்திரத்தை அளிப்பவர்கள் நம் பெற்றோர்களாக இருப்பதால், அவர்-கள் இருவரும் தெய்வாம்சமாக இருக்கிறார்கள் என்பது மிகத் தெளிவாக புரிகிறது அல்லவா?

ஆனால் இன்று நம் தகுதி பார்த்து நமக்கு காயத்ரி மந்திரம் போதிக்-கப்படுகிறதா? அப்படி தகுதி பார்த்து கொடுக்கப்பட்ட அந்த மந்திரத்தை நாம் பேணுகிறோமா என்பது மிகப் பெரிய கேள்வி. ஒரு ஆத்ம தேட-லுக்கான ஒரு ஆரம்பப் புள்ளி, ஒரு சடங்காக சுருங்கிப் போனது காலத்தின் கோலம்.

மனதுக்குள் மந்திரமாக, தகுதி வாய்ந்தவர்களால் ஜபிக்கப்பட வேண்-டிய காயத்ரி மந்திரம், இன்று பாட்டாக, தாளம் போட்டு, மிக சத்தமாக பொது வெளியில் ஒலிக்கப்படுவதும் காலத்தின் கோலமே.

நம் மனதுக்குள் சொல்வதும், விரல்களால் எண்ணப்படுவதும், வெளி-யாட்களுக்கு தெரிந்துவிடக் கூடாது என்பதற்காக ஒரு அங்கவஸ்தி-ரத்தை போட்டு மூடிக் கொண்டு ஜபம் செய்வது என்பது கூட ஒரு சடங்காக சுருங்கிவிட்டது காலத்தின் கோலமே.

அவ்வளவு சிறப்பான காயத்ரி மந்திரத்தில் என்னதான் சொல்லப்பட்-டிருக்கிறது? எல்லாம் வெட்ட வெளிச்சமாகிவிட்ட பிறகு அதை விவா-திப்பதில் என்ன தவறு இருக்க முடியும்?

காயத்ரி மந்திரத்தின் தமிழாக்கத்தை மிக சிறப்பாக பாரதி தன் பாஞ்-சாலி சபதத்தில் சொல்லியிருக்கிறார்.

"செங்கதிர்த் தேவன் சிறந்த ஒளியினை தேர்கின்றோம். அவன் எங்-களறிவினைத் தூண்டி நடத்துக"

இதை கூர்ந்து கவனியுங்கள். பிரத்யக்ஷய தெய்வங்களாக இருக்கும் நம் தாய் மற்றும் தந்தை, நாம் இன்னொரு பிரத்யக்ஷயமாக காணும் தெய்வமான சூரியனின் சிறப்பை நமக்குள் இந்த மந்திரம் மூலமாக போதிக்கிறார்கள்.

ஓம் என்பது ப்ரணவ மந்திரம். பூர் (பூமி- ஜீவர்கள் வசிப்பது), புவ (ஆகாசம்- பித்ருக்கள் இருப்பது), சுவ (சுவர்கம்- தேவர்கள் வசிப்பது) என்பது முதல் மூன்று லோகங்கள் (மஹ, ஜன, தப மற்றும் சத்ய என்-பது மீதி நான்கு லோகங்கள். மொத்தம் ஏழு).

தத் (அப்படிப்பட்ட); ஸவிது(படைத்தவரான); வரேண்யம் (மிக உயர்ந்தவரான); பர்கோ (சக்தியை கொண்டவரான); தேவஸ்ய (ஒளி-மிக்கவரான); தீமஹி (த்யானிக்கிறேன்);

தியோ (புத்தியை); யோ(யார்); ந (என்னுடைய); ப்ரசோதயாத் (தூண்டுகிறாரோ);

இதை ஒரு தமிழ் வாக்கியமாக அமைத்தால் இப்படி பின் வருமாறு வரும்.

பூர், பூவ, சுவ என்கிற மூன்று உலகங்களையும் படைத்த மிக உயர்ந்தவரான, சக்தியை கொண்டவரான, ஒளிமிக்கவரை த்யானிக்கி-றேன். அப்படிப்பட்டவர், யாரோ அவர் என் புத்தியை தூண்டிவிடட்டும்.

ஸவிதா என்பது என்பது சூரியனின் இன்னொரு பெயர். சிவந்த கிரணங்களை தன் கரங்களாக கொண்டவர் என்று பொருள். ஸவிதா என்பதற்கு படைப்பவர் என்று இன்னொரு பொருளும் உண்டு. உயிர் வாழ்தலுக்கு ஆதாரமாக சூரிய கிரணங்கள் இருப்பதால், அதை படைப்பவர் என்று அர்த்தப்படுத்தப்படுகிறது.

பகவத் கீதையில் பத்தாவது அத்தியாயத்தில், விபூதி யோகத்தில், நானே சூரியனாக (ஆதித்யனாக) இருக்கிறேன் என்கிறார் பகவான் ஸ்ரீ கிருஷ்ணர்.

கர்நாடக சங்கீதத்தில் ஸ்ருதி மாதா, லய பிதா என்பார்கள். சங்கீதத்தில் ஸ்ருதிதான் ஆதாரம். ஆனால் அது ஒரு கட்டுக்குள் அடங்கியிருக்குமாறு ஸ,ப,ஸ என்கிற லயத்தில் பரிமளிக்க வேண்டியிருக்கிறது. உயிர் கொடுக்கும் தெய்வமாக, சங்கீதத்தின் ஸ்ருதி போல அம்மா இருந்தாலும், இந்த சமூகத்தில் வாழ்வாங்கு வாழ, தறி கெட்டு போய்விடாமல், பாதுகாப்பவர் தந்தைதானே. இவர்கள் இருவரும் தெய்வங்கள் இல்லை என்றால் வேறு எவை தெய்வங்கள்? எனவேதான், தைத்ரீய உபநிஷத், மாத்ரு தேவோ பவ, பித்ரு தேவோ பவ என்று சான்று அளிக்கிறது.

அம்மாவின் அன்பு என்பது உணர்வுப் பூர்வமானது. அது உறவை மேம்படுத்த உதவும். தந்தை என்பது அறிவின் குறியீடு. அது நம் வாழ்க்கையை செம்மை படுத்த உதவும். இவ்விரெண்டும் அதன் எல்லைகளில் இருக்கும் பட்சத்தில், நம் வாழ்க்கை என்றுமே ஆனந்தமாகவே இருக்கும்.

தாயின் மேன்மையை பற்றி திரைப்பட பாடல்களிலும், இலக்கியங்களிலும் ஏராளமாக கொட்டிக் கிடந்தாலும் பட்டினத்தார் என்கிற சில நூற்றாண்டுகளுக்கு முன்னால் வாழ்ந்து மறைந்த அந்த சித்த புருஷர் தன் தாய்க்கு சிதை வைக்கும்போது சுடுகாட்டில் பாடிய பாடல்கள் மிக சிறப்பானவை.

துறவு கொள்ளும்போது எல்லாவற்றையும் துறந்துவிட வேண்டும் என்றாலும், அதில் ஒரே ஒரு விதி விலக்கு உள்ளது. அதுதான் தாய் சேய் உறவு. நாம் பிறந்தவுடன், நமக்கும் தாய்க்குமான தொப்புள் கொடி வெட்டப்படுகிறது. ஸ்தூலமாக இருந்த உறவு, அப்போது அறுபட்டாலும், அவளோ அல்லது நாமோ சிதையில் வைக்கப்படும் வரை அது சூட்சுமமாக அது தொடர்ந்து கொண்டேதான் இருக்கும். அது அறுக்கவே

முடியாத உதர பந்தனம். எனவே துறவு கொள்ளும் போது தந்தையைக் கூட துறந்துவிட முடியும். தாய் உறவை உதறிவிட முடியவே முடியாது.

துறவு மேற்கொண்டவரை தந்தை கூட நமஸ்கரிக்கலாம். ஆனால் தாய் என்றுமே மேலானவள். அவளை அந்த துறவிதான் நமஸ்கரிக்க வேண்டும்.

பிள்ளை பெறும் வேளையில் ஏற்படும் பிரசவ வலியை மருத்துவர்கள் குறிப்பிடும் போது, அது 72 எலும்புகளை ஒரே நேரத்தில் உடைப்பதற்கு சமம் என்கிறார்கள். அப்படிப்பட்ட வலியோடு குழந்தையை பெற்றாலும், அந்த தாய்க்கு அந்த சிசுவின் மேல் வெறுப்பு வருவதில்லை. மாறாக, அவள் அன்பின் அடையாளமாக அவள் முலைகளில் தாய்ப் பால் சுரக்கிறது.

பட்டினத்தார் இதைத்தான் மிக சிறப்பாக குறிப்பிடுகிறார். "ஐயிரண்டு திங்களாய் அங்கமெல்லாம் நொந்து" தன் பிள்ளையை அவ்வளவு வலி-யோடு தன் கர்ப்பபையிலிருந்து நீக்கப் பெற்றவள், பரிவோடு தன் இரு கரங்களின் இடையில் வைத்துக் கொண்டு தன் முலைகளின் வழியாக பால் கொடுத்தாளே இனி எப்பிறப்பில் அவளை காண்பேன் என்கிறார்.

"முந்தித் தவம் கிடந்து முந்நூறு நாள் அளவும் அந்தி பகலாச் சிவனை ஆதரித்துத் தொந்தி சரிய சுமந்து பெற்ற தாயார் தமக்கோ எரிய தழல் மூட்டுவேன்" என்கிறார்.

ஆதி சங்கரரும் பட்டினத்தாரை போலவே தன் தாயான ஆரியாம்-பாளுக்கு ஈம கிரியைகளை ஒரு துறவியாக இருந்து கொண்டே செய்-தார். முதலில் சிவ புஜங்க ஸ்தோத்திரம் பாடி, பிறகு விஷ்ணு ஸ்தோத்-திரம் பாடி தன் அன்னைக்கு மோக்ஷப் பிராப்தி அளிக்கிறார். கூடவே நமக்காக 5 ஸ்லோகங்கள் கொண்ட மாத்ரு பஞ்சகம் என்பதை கொடுக்-கிறார். அதில் கிட்டத்தட்ட பட்டினத்தார் தன் தாய் மேல் கொண்ட உணர்வுகளையே பிரதிபலிக்கிறார்.

அம்மா, என்னை நீ பிரசவிக்கும் வேளையில், அந்த வலியை தாங்-கிக்கொள்ள பற்களை கடித்துக் கொண்டு, பொறுமை காத்தாயே!

பிறந்து ஒரு வருட காலம் வரை, உன் படுக்கையையும், உடை-களையும் பல முறை ஈரமாக்கியிருப்பேனே! கொஞ்சம் கூட அசூயை படாமல் என்னை வளர்த்தாயே!

ஒரு நாள் இரண்டு நாள் என்று இல்லாமல், ஒன்பது மாதங்களுக்கு என்னை உன் வயிற்றில் தாங்கி உன் உதிரத்தால் என்னை வளர்தாயே!

இளம் வயதிலேயே தன் ஆசை மகனை ஒரு துறவி கோலத்தில் பார்த்து மனசுக்குள் கண்ணீர் வடித்திருப்பாயே!

உன்னை நமஸ்கரிப்பதை தவிர நான் வேறு என்ன செய்துவிட்டேன்.

உன் அந்திம காலங்களில் நான் உனக்கு ஒரு வாய் தண்ணீர் கூட கொடுக்க முடியவில்லையே. உன் அந்திம பயணம் இலகுவாக அமைய நான் ஒன்றுமே செய்யவில்லையே. அந்த கடைசி ஒரு சில கணங்களில் உன் காதில் ராம நாமம் கூட சொல்ல முடியாதவனாக போய்விட்டேனே.

இவ்வளவு குறைகள் இருந்தும் நீ என்னை நிச்சயம் ஆசிர்வாதமே செய்திருப்பாய். நான் ஒரு தங்க நகை போன்றவன் என்று சொல்லி-யிருப்பாய். உன் கண்களில் நான் ஒரு ராஜாவாகவே தெரிந்திருப்பேன். என் மேன்மையை கண்டு/கேட்டு பல அருமையான பாடல்களை மனதுக்குள் பாடியிருப்பாய். ஆனால் நான் உனக்கு வாய்க்கரிசியை தவிர வேறு எதுவும் தரமுடியாமல் போய்விட்டேனே.

பௌத்தமும் சமனமும் ஆதிக்கம் பெற்று சனாதன தர்மம் தொய்வு அடைந்திருந்த கால கட்டத்தில், ஒரு ஒற்றை ஆளாக காலடியிருந்து புறப்பட்டு, எல்லாவற்றையும் வென்றெடுத்து, சனாதன தர்மத்தை மீண்டும் நிலை நிறுத்திய அந்த ஆதி சங்கரர், தன் தாய் முன் ஒரு சிறு பிள்-ளையைப் போல அவளின் பூத உடலுக்கு அஞ்சலி செலுத்தினார் என்-றால் அது தாயின் மேன்மையை தவிர வேறில்லை.

தாயிற் சிறந்த கோவிலுமில்லை. தந்தை சொல்லுக்கு மந்திரமில்லை.

ஆனால் அப்படிப்பட்ட தாய் தந்தையருக்கு தற்காலத்தில் உரிய மரி-யாதைகள் வழங்கப்படுகின்றனவா என்றால் கொஞ்சம் கவலையளிக்-கும் விஷயமாகவே இருக்கிறது. ஒவ்வொரு முதியோர் இல்லங்களிலி-ருந்தும், நூற்றுக்கணக்கான அதர்ம சான்றுகள் வந்தவாறு இருக்கின்றன. பல வீடுகளில் மிகக் கொடூரமாக வயதான தாய் தந்தையர்களுக்கு மனச் சோர்வு கொடுக்கக் கூடிய பிள்ளைகளாக தற்போதைய வாரிசுகள் இருக்கின்றார்கள். வீதிகளுக்கு விரட்டப்பட்ட பெற்றோர்களின் கண்ணீர் கதைகள் ஊடகங்களில் அடிக்கடி தென்படுகின்றன. எங்கும் எதிலும் சுயநலமே பிராதான்யமாக போய்விட்ட பிறகு, தாய் தந்தையர்களின் முதுமை வாழ்க்கை எம்மாத்திரம்?

ஆன்மீகம் பற்றி மணிக்கணக்கில் பேசுபவர்கள், தொடர்ந்து தெய்வ வழிபாடு செய்பவர்கள் கூட தன் தாய் தந்தையர்களை அவர்களின் அந்திம காலம் வரை மனசு நோகாமல் பாதுகாத்தவர்களாக இல்லை என்பதை கேட்கும் போது மிகவும் அதிர்ச்சியாகத்தான் இருக்கிறது.

தெய்வீக சிந்தனைகள் என்பது நல் அறம் கொண்ட ஒரு சமுதாய கட்டமைபை உருவாக்குவதுதான் என்பதை ஏனோ அவர்கள் மறந்துவிடுகிறார்கள். தங்களின் கடமை மீறிய செயலுக்கு, தங்கள் தாய் தந்தையர் மீதே பழியை போடுகிறார்கள்.

ஒரு முறை ஒரு வயதான தந்தை அடிக்கடி தன் மகனிடம் "மணி என்ன?"என்று அடிக்கடி கேட்டுக் கொண்டே இருந்தாராம். பொறுமை இழந்த மகன், அவரிடம் கடிந்து பேசினானாம். அவ்வளவுதான், அடுத்த இரண்டு நாளைக்கு அவனின் தந்தை பேசவே இல்லையாம். மீண்டும் கடிந்து கொள்ள வந்த மகனை பார்த்து, "மகனே நீ சிறுவனாக இருந்த காலங்களில், என்னிடம் அது என்ன? இது என்ன? என்று கேள்வி மேல் கேள்வி கேட்டிருக்கிறாய். நான் அவைகளுக்கு மிக பொறுமையாக பதிலளித்திருக்கிறேன். நீ வளர வேண்டியவன். பல விவரங்கள் தெரிந்து கொள்ள வேண்டும் என்பதுதான் என் இலட்சியமாக இருந்ததே தவிர, உன் தொடர் பேச்சுக்கள் எனக்கு தொந்திரவாகவே இருந்ததில்லை. நான் அடிக்கடி மணி கேட்பதெல்லாம் நான் உன்னோடு உறவாடி இருக்க வேண்டும் என்பதின் குறியீடு என்பதை ஏன் உன்னால் புரிந்து கொள்ள முடியவில்லை?" என்றாராம்.

வயதான காலத்தில் பெற்றோர்கள் சிறு குழந்தைகள் போல ஆகிவிடுகிறார்கள். வெகு சீக்கிரம் மனச்சிதைவுக்கு உள்ளாவார்கள். மிகச் சிறிய அற்பமான விஷயங்களுக்கு ஆசைப்படுவார்கள். தேவையற்ற பயம் கொள்வார்கள். நாம் குழந்தையாக இருந்தபோது மல மூத்திரம் அள்ளியவர்கள்தானே இவர்கள், ஏன் இவர்களின் கஷ்ட நஷ்டங்களில் பங்கு கொள்ள கூடாது என்று இன்றைய சமூக பெண்டு பிள்ளைகளுக்கு தோன்றாமல் போய்விடுகிறது?

சனதன தர்மம் ஒரு விஷயத்தில் மிக தெளிவாக இருக்கிறது. உன் தெய்வீக அனுஷ்டானங்கள் கூட அப்புறம்தான். உன் தாய் தந்தையர்க்கு செய்யும் பணிவிடைதான் முதன்மையானது என்கிறது.

ஒரு முறை முனிவர் ஒருவர் பல ஆண்டுகள் தவம் செய்தாராம். அவரின் தவம் முடியும் தறுவாயில், கொக்கு ஒன்று அவர் தலையின் மீது எச்சம் இட்டுவிட்டதாம். மிகுந்த கோபத்துடன், அவர் கொக்கை நோக்க, அது எரிந்து சாம்பலாகி கீழே விழுந்ததாம். உடனே, நம் முனி-வருக்கு மிக்க மகிழ்ச்சி. தன் தவத்தின் பலனை உடனே கண்டுவிட்ட மகிழ்ச்சி.

அதே மகிழ்ச்சியோடு, பிச்சை எடுக்க பக்கத்து கிராமத்துக்கு போனாராம். நாலைந்து வீடுகளில் உடனடியாக பிச்சை கிடைத்தவருக்கு, அந்த கடைசி வீடு அதிர்ச்சியை கொடுத்தது. பிச்சை கேட்டு பல முறை கத்தியதுதான் வீண். சரி, இந்த முறை கேட்கும் பிச்சைக்கு, பதில் இல்-லாவிட்டால், போய்விடுவது என்று வாய் எடுத்தவருக்கு, இன்னொரு அதிர்ச்சி.

அந்த வீட்டின் பெண்மணி, ஒரு முறத்தில் அரிசியோடு வாசலுக்கு வந்தாளாம். நம் முனிவருக்கு வந்ததே கோபம். கொக்கை எரிக்கும் அதே பார்வையை அவள் மீது வீசினார்.

மீண்டும் அதிர்ச்சி. அந்த பெண் சாம்பலாகவில்லை. அவளோ, அவரை பார்த்து புன்னகைத்து விட்டு, “என்னை என்ன கொக்கு என நினைத்தாயா, கொங்கனவா?” என்றாளாம்.

நம் முனிவருக்கு அதிர்ச்சி மேல் அதிர்ச்சி. “நான் கொக்கை எரித்-தது, உமக்கு எப்படி தெரிந்தது?” என்று கேட்டாரம். உடனே அந்த பெண், “அதை நீங்கள் தெரிந்து கொள்ள வேண்டுமென்றால், இந்த ஊருக்கு வெளியே ஒரு கசாப்பு கடை இருக்கிறது. அதை நடத்தும் அந்த பெரியவரிடம் கேட்டு தெரிந்து கொள்ளுங்கள்” என்றாளாம்.

நம் முனிவர், வேக வேகமாக அந்த கசாப்பு கடைக்கு போனார். கடையிலோ கூட்டம் அதிகமாக இருந்தது. நம் முனிவரின் வருகையை பார்த்த அந்த கசாப்பு கடை பெரியவர், தன் அங்க அசைவுகளால் காத்திருக்குமாறு சொன்னாராம்.

நம் முனிவரும் காத்திருந்து காத்திருந்து நொந்து போனார். மாமிசம் வாங்கும் கூட்டம் முழுவதுமாக முடிய பல மணி நேரங்கள் ஆனது. ஆனால் அந்த கடைக்காரரோ, உடனே வீட்டுக்குள் போய்விட்டார். போனவர் அரை மணி நேரம் வரவே இல்லை.

நம் முனிவர் பொறுமை இழக்கும் அந்த நொடியில் அந்த கசாப்பு கடைக்காரர் வாசல் பகுதியில் தென்பட்டார். இன்முகத்தோடு வரவேற்றார். ஆனால், நம் முனிவரோ, துர்வாசர் மாதிரி அவரை முறைத்து பார்த்தார்.

"முனிவரே, உங்கள் கோபம் அடியேனுக்கு புரிகிறது. நீங்கள் நீண்ட நெடிய தவம் புரிந்திருக்கிறீகள். உங்களுக்கு முன்னால் அடியேன் சிறு தூசுக்கு சமானம். நீங்கள் பிச்சை பெற்ற அந்த வீட்டுப் பெண், தன் கனவருக்கு உணவு அளித்துக் கொண்டிருந்தாள். அவள் சிறந்த கர்ம யோகி. அவளின் மிகுந்த சிரத்தையான இல்லற பணிகளுக்கு முன்னால், உங்கள் தவ வலிமை எடுபடாது.

மாமிசம் விற்று பிழைப்பதுதான் அடியேனுக்கு கொடுக்கப்பட்டிருக்கிற தர்மம். அதை நான் மிகுந்த சிரத்தையோடு செய்து வருகிறேன். தவிர, அடியேனுக்கு வயதான தாய் தந்தையர்கள் இருக்கிறார்கள். அடியேன் மாமிச விற்பனையை முடித்த சமயத்தில், அவர்களுக்கு உணவு அளிக்கும் வேளை வந்துவிட்டது. அதை முடித்துக் கொண்டு, இப்போதுதான் வந்திருக்கிறேன். உங்களை காக்க வைத்தமைக்கு மிகுந்த வேதனைப்படுகிறேன். மன்னிக்கவும்." என்றார்.

இந்த கதையிலிருந்து நம் மானுட சமூகம் அறிந்து கொள்ள வேண்டிய மிக முக்கியமான விஷயம், தாய் தந்தையருக்கு பணிவிடை செய்வதற்கு சமானமாக வேறு எதுவும் இல்லை என்பதாகும்.

இதே போல இன்னொரு புராண கதை ஒன்று உள்ளது.

ஒரு முறை நாரதரிடம், பாற்கடலில் பைய துயிலும் பரந்தாமர் கேட்டார். "நாரதரே, நீங்கள் மூன்று உலகங்களிலும் அடிக்கடி சஞ்சாரம் செய்து வருகிறீர்கள். மனிதர்களிலேயே மிகவும் உத்தமன் யார் என்று சொல்ல முடியுமா" என்றாராம்.

"இதிலென்ன கஷ்டம். மிகவும் இலகுவான கேள்வியாயிற்றே! சந்திரபாகா நதிக்கரையில் ஒரு குடில் அமைத்து வாழ்ந்து வரும் புண்டலீகன்தான் மிகவும் உயர்ந்தவன். அதில் சந்தேகமே இல்லை" என்றாராம்.

"அப்படியென்ன அவனிடம் சிறப்பு இருக்கிறது? கொஞ்சம் சொல்லேன்" என்று கேட்டாராம் நம் பெருமாள்.

"நாராயணா, நீங்களே போய் அறிந்து கொள்ளுங்கள். அதுதான் அவனுக்கு நீங்கள் கொடுக்கும் சிறப்பு" என்றாராம்.

உடனே நாராயனரும் தன் மனைவியோடு சந்திரபாகா நதிக்கரையை நோக்கி புறப்பட்டாராம்.

மிகுந்த ஆசையோடு புண்டலீகன் வீட்டு கதவை தட்டிய பெருமாளுக்கு ஒரு ஆச்சர்யம் காத்திருந்தது. கதவை திறந்து வெளிப்பட்ட புண்டலீகன், பெருமாளையும் தாயாரையும் வரவேற்று, இரு செங்கற்களை அவர்கள் முன்னால் போட்டு, "இதன் மீது ஏறி நின்று கொண்டு, இளைப்பாறுங்கள், இதோ வந்துவிடுகிறேன்" என்று உள்ளே போய்விட்டான்.

தாயார் பெருமாளை கேள்வியோடு பார்க்க, பெருமாள் புண்டலீகன் கதையை சொல்ல ஆர்ரம்பித்தார்.

சில ஆண்டுகளுக்கு முன்பு வரை புண்டலீகன் நல்லவன் இல்லைதான். அவனும் அவன் மனைவியும், அவனின் தாய் தந்தையரை மிகவும் கொடுமை படுத்திக் கொண்டுதான் இருந்தார்கள். புண்டலீகனின் கொடுமையை தாங்க முடியாத அவனின் பெற்றோர் காசி யாத்திரைக்கு கிளம்பினார்கள். அவர்கள் கிளம்பி போன சில நாட்களிலேயே அவனும் அவன் மனைவியும் காசியாத்திரை கிளம்பினார்கள். அவன் பெற்றோர்கள் கால்நடையாக சென்றார்கள் என்றால், இவர்கள் இருவரும் கால்நடை மீது அமர்ந்து கொண்டு சென்றார்கள்.

வழிப் பயணத்தில், ஒரு இரவு வேளையில், தான் தங்கியிருந்த கொட்டகையை விட்டு வெளியே வந்து உலாவிக் கொண்டிருந்தான் புண்டலீகன். சற்று தொலை தூரத்தில், குக்குட முனிவரின் ஆஸ்ரமம் இருந்தது. மிக குரூபியான மூன்று பெண்கள் அந்த ஆஸ்ரமத்துக்குள் போவதை பார்த்தான். அவர்கள் ஆஸ்ரமத்தை சுத்தம் செய்து கொண்டிருப்பதையும் பார்த்தான். அவர்கள் வேலை முடிந்து வெளிப்பட்டபோது புண்டலீகன் ஆச்சர்யப்பட்டுப் போனான்.

அந்த மூன்று பெண்களும் அதிரூப சுந்தரிகளாக மாறி இருந்தார்கள். புண்டலீகன் ஓடிப்போய் அவர்களிடம் காரணம் கேட்டான்.

"மகனே, நாங்கள் கங்கா, யமுனா, சரஸ்வதி என்கிற நதிகள். நாங்கள் நதியாக பிரவாகமெடுத்து ஓடிவரும் நீரில் பலர் ஸ்நானம் செய்து தங்கள் பாவங்களை எங்களிடம் கரைக்கிறார்கள். அதனால்தான் நாங்கள் வரும்போது குரூபியாக இருந்தோம். இந்த குக்குட முனிவர் தன் தாய் தந்தையை மிக சிரத்தையோடு பாதுகாத்து வருகிறார்.

அவர் ஆஸ்ரமத்தில் சுத்தம் செய்வது மூலமாக நாங்கள் பெற்ற பாவ மூட்டைகளை கழுவிக் கொள்கிறோம். பாவம் தொலைந்ததும், நாங்கள் பழையபடி அதி சுந்தரிகளாக ஆகிவிட்டோம். நீ உங்கள் தாய் தகப்-பனாரை நன்றாக கவனித்துக் கொண்டு இருப்பேயானால், உன்னால் எங்களுக்கு எந்த அசுத்தமும் வந்து சேராது. அப்படித்தானே?'' என்-றார்களாம்.

புண்டலீகனுக்கு பொட்டில் அறைந்த மாதிரி ஆகிவிட்டது. தான் செய்த அடுக்கடுக்கான தவறுகளுக்கு வருந்தினான். அவன் மனைவியும் செய்த தவறுகளுக்கு வருந்தினாள். இருவரும் தாய் தந்தையரை தேடி கண்டுபிடித்து, மீண்டும் தங்கள் குடிலுக்கு அழைத்து வந்தனர். அதன் பிறகு புண்டலீகன் போற்றுதலுக்கு உரிய பெயர் பெற்றான்.

பெருமாள் தாயாருக்கு இந்த கதையை சொல்லி முடிக்கவும், புண்-டலீகன் வாசலுக்கு வந்தான். அவனும் அவன் மனைவியும் வீழ்ந்து வணங்கினார்கள். பெருமாளும் தாயாரும் குடிலுக்கு உள்ளே போய், அந்த வயதான தம்பதியரை ஆசீர்வதித்தார்கள்.

மீண்டும் வாசலுக்கு வந்து அந்த செங்கற்கள் மீது ஏறி நின்ற தாயா-ரும் பெருமாளும், புண்டலீகனிடம் "என்ன வேண்டும்'' என்று கேட்டார்-கள்.

அவனோ உளம் மகிழ்ந்து, "நீங்கள் இருவரும் இப்படியே இங்கேயே எப்போதும் இருங்கள்'' என்றான். அதுவே பண்டரீபூரம் ஆலயம் ஆயிற்று. புண்டலீகன் வழித்தோன்றல்கள்தான் வார்கரி என்று சொல்-லப்படும் பாண்டுரங்க சம்பிரதாயத்தைச் சேர்ந்தவர்கள். இன்றைக்கும் இந்த சமூகம்தான் தாய் தந்தையைரை எப்படி போற்றி பாதுகாக்க வேண்டும் என்பதில் ஒரு எடுத்துக் காட்டாக இருக்கிறது.

ஒரு முறை என் நண்பனுடன் பேசிக் கொண்டிருந்தேன். அவன் ஒரு கருத்தை முன் வைத்தான். "என் பெற்றோர்களை வயதான காலத்-தில் வைத்து பாதுகாக்க வேண்டும் என்றும் மிகவும் ஆசைப்படுகிறேன். ஆனால் அதற்கான சூழ்நிலை அடிக்கடி கெட்டுப் போகிறது. அதற்கு நானும் காரணம். என் மனைவியும் காரணம். இன்னும் சொல்லப்போ-னால், என் பெற்றோர்களும் காரணம். என் அப்பாவைக் கூட சமாளித்-துவிட முடிகிறது. ஆனால் என் அம்மாவும் என் மனைவியும் சண்டை கோழிகளாகவே இருக்கிறார்கள். இதில் மிக சுவாரஸ்யமானது என்ன-

வென்றால், இதே என் அம்மா, என் அக்கா வீட்டுக்கு போனால் பெட்டி பாம்பாக இருக்கிறாள். என் அக்காவுக்கும், என் அம்மாவுக்கும் சண்டை வந்தால் கூட அது சில மணி நேரங்களில் சரியாகிவிடுகிறது. ஆனால், அதே என் அம்மா, என் மனைவி பல ஆண்டுகளுக்கு முன்னால் செய்ததை நினைவு படுத்தி நினைவு படுத்தி அனத்திக் கொண்டிருப்பாள். நான் அறிந்தவரை, பல பெற்றோர்கள் அவர்கள் பெண் வீடுகளில் சௌகர்யமாகவே இருக்கிறார்கள்'' என்றான்.

உளவியல் ரீதியாக பார்க்கப் போனால் ஒரு தாய்க்கு எப்போதும் பாதுகாப்பின்மை என்கிற பயம் அவள் ரத்தத்தில் ஓடிக் கொண்டே இருக்கிறது. அதனால்தான் தன் வீட்டுக்குள் வந்து தன் மகனை ஆக்கிரமம் செய்யக் கூடிய மருமகளை போட்டியாக பார்க்கிறாள். இதற்கு என்ன தீர்வாக இருக்க முடியும்?

எங்கே நல்ல படிப்பறிவும் நல்ல பட்டறிவும் (Exposure) உள்ளதோ, அங்கு இது மாதிரியான மாமியார்-மருமகள் பிரச்சனைகள் வருவதில்லை. அதே மாதிரி நல்ல படிப்பறிவும் பட்டறிவும் கொண்ட ஆண் மகன் மிக சமார்த்தியமாக தன் அம்மாவையும் தன் மனைவியையும் சரி சமமாக சமாளிக்கிறான். நல் அறம் சார்ந்த ஆன்மீகம் பேணுபவர்களுக்கு இது போன்ற பிரச்சனைகள் வருவதில்லை. இது மிகவும் வலியுறுத்த வேண்டிய ஒரு கொள்கை. சிறு வயதிலிருந்தே நல் அறம் பேணுபவர்களாக தாயும் தந்தையும் இருந்து, அதை தன் வாரிசுகளுக்கு மடை மாற்றி வருவார்களேயேனால், அவர்களுக்கு இது மாதிரியான துன்பங்கள் வருவதில்லை. இங்குதான் ஆன்மீகத்தின் பலம் இருக்கிறது.

அடுத்தது வயதான தாய் தந்தையரை பாதுகாப்பதில் பொருளாசை ஒரு முக்கிய காரணியாக இருக்கிறது. சில ஆண்டுகளுக்கு முன்னால் நடந்த உண்மை சம்பவம் இது. ஒரு மாவட்ட ஆட்சியர் அலுவலக வாயிலில் ஒரு வயதான தம்பதியினர் மிகுந்து மனச் சோர்வுடன் அமர்ந்திருந்தது, அந்த மாவட்ட ஆட்சியரின் கவனதுக்கு வந்தது. விசாரித்ததில், அந்த தம்பதியருக்கு உரித்தான சொத்துக்கள் அனைத்தும் அவர்களின் வாரிசுகளுக்கு மாற்றப்பட்டுவிட்டதாகவும், அதன் பிறகு அந்த வாரிசுகள் அந்த தம்பதியினரை கண்டு கொள்ளவில்லை என்றும், தற்போது ஜீவனத்திற்கே அவர்கள் கஷ்டப்படுவதாகவும் தெரிந்தது.

அதிர்ச்சியடைந்த மாவட்ட ஆட்சியர் உடனடியாக ஒரு உத்திரவு போட்டார். சாசனம் செய்யப்பட்ட அனைத்து பத்திர பதிவுகளையும்

அப்போதே ரத்து செய்தார். அந்த தம்பதியர் இந்த உலகில் வாழும் கடைசி நாள் வரை அனைத்து சொத்துக்களும் அவர்கள் பெயர்களி-லேயே இருக்கும் என்றும், அப்படி யாராவது முயற்சி செய்தால் கடு-மையான நடவடிக்கைகள் எடுக்கப்படும் என்று உத்தரவிட்டார்.

தாயும் தந்தையும் தெய்வாம்சம் பொருந்தியவர்களாக இருந்தாலும், அவர்கள் இயல்பு வாழ்க்கையில் பொருளார்ந்த ஆசா பாசங்களில் சிக்-கிக் கொண்டுதான் இருக்கிறார்கள். ஊழ் வினை கர்மாக்கள் அவர்களை வாட்டி வைதக்கும். ஒரு மகனின்/மகளின் பார்வையில் அவர்கள் தெய்-வாம்சமே தவிர, அவர்களுக்கான வாழ்வை செம்மை படுத்திக் கொள்ள நல் அறம் சார்ந்த ஆன்மீகமே உற்ற துனையாக இருக்கும். இதை ஏனோ பல பெற்றோர்கள் மறந்துவிடுகிறார்கள்.

இன்றைக்கு மருமகளாக ஒரு வீட்டில் காலடி எடுத்து வைத்தவ-ளுக்கு, ஒரு நாள் இன்னொரு பெண்ணுக்கு மாமியாராக ஆகும் நாள் வரத்தான் செய்யும்.

இன்றைக்கு எந்த பொறுப்பும் இல்லாமல் தாய் தந்தையர் நிழலில் வாழும் ஒரு பிள்ளை, ஒரு நாள் தானும் தந்தையாகி தன் வாரிசுகளை பேணிக் காக்கும் பொறுப்பை ஏற்கும் காலம் வரத்தான் செய்யும்.

எந்தவிதமான நன்றி கொன்றவர்களுக்கு கூட உய்வு உண்டு. ஆனால் செய் நன்றி கொன்ற மகற்கு உய்வு இல்லை என்கிறார் திரு-வள்ளுவர். இதில் மிக உன்னிப்பாக கவனிக்க வேண்டியது என்னவென்-றால் வள்ளுவர் மகற்கு என்ற சொல்லை பயன்படுத்தி இருக்கிறார்.

பெண்டு பிள்ளைகள் செய்த பல தவறுகளுக்கு மன்னிப்பு கூட இருக்கலாம். மிக கொடுமையான தாய் தந்தையேரே ஆனாலும், அவர்-களின் வயதான காலத்தில் தவிக்க தவிக்க ஜீவனை விட்டிருந்தால் அந்த வாரிசுகளுக்கு மன்னிப்பு என்பது துளியும் கிடையாது. இது சனாதன தர்மத்தின் அடிப்படை கோட்பாடு. தெய்வ வழிபாடுகளெல்லாம் அடுத்தடுத்த கட்டங்களே.

ஒரு சிலர், நான், என்னை நானே செதுக்கிக் கொண்டு வளர்ந்தவன் என்று பெருமை பட சொல்ல கேட்டிருக்கிறோம். இந்த உலகில் அப்-படிப்பட்ட மனிதர்களே இருப்பதற்கு சாத்தியம் இல்லை என்பதுதான் நிதர்சனமான உண்மை. அவர்கள் பிறந்த நாளிலிருந்து குறைந்த பட்சம் மூன்று ஆண்டுகள் வரை யார் யார் உதவிக்கு இருந்தார்கள் என்பதை மறந்தவர்களாக இருக்கிறார்கள்.

பெற்ற தாய், தன் குழந்தையை நன்கு வளர்க்காமல் போயிருக்கலாம். ஆனால் பத்து மாதம் சுமந்தவள் அவளல்லவா? ஒரு தந்தை தன் வாரி-சுக்கு நல்ல பாதுகாப்பு கொடுக்காமல் போயிருக்கலாம். ஆனால், பிறப்-பிற்கே அடிப்படை காரணம் அவரன்றி வேறு யாராக இருக்க முடியும்?

நம் பிறப்பிற்கு காரணமாக இருந்தவர்களுக்கு நாம் செய்யும் பிரதி உபகாரம், அவர்களின் அந்திம வாழ்க்கையை சிரமமில்லாமல் கொண்டு செல்வதுதான்.

“எந்தையும் தாயும் மகிழ்ந்து குலாவியது இந்நாடே” என்கிறார் பாரதி.

என் தாயும் தந்தையும் மகிழ்ந்து மகிழ்ந்தே எங்களைப் பெற்றார்கள். மகிழ்ந்து மகிழ்ந்தே எங்களை வளர்த்தார்கள். நாங்களும் மகிழ்ந்து மகிழ்ந்தே எங்கள் தாய் தந்தையரை பாதுகாப்போம். மகிழ்ந்து மகிழ்ந்தே எங்கள் குல சந்ததியினரை உருவாக்குவோம். இந்த நாடே மகிழ்ந்து மகிழ்ந்து இருக்கும்.

இதுதான் நல் அறம். நல்ல ஆன்மீகத்தின் பாதை. இது வழியே நடப்போம்.

சர்வே ஜனா சுகினோ பவந்து (எல்லா மக்களும் மிகவும் சௌக்கிய-மாக இருக்கட்டும்).

9

ஸ்ரீ புருஷ ஸூக்தம்

ஸ்ரீபுருஷ ஸூக்தம் (சாந்தி பாடதத்துடன்)

சாந்தி பாடம்

ஓம் தச்சம்யோ ராவ்ருணீமஹே காதும் யஜ்ஞாய
காதும் யஜ்ஞ பதயே தைவீ ஸ்வஸ்திரஸ்து ந:
ஸ்வஸ்திர் மானுஷேப்ய: ஊர்த்வம் ஜிகாது பேஷஜம்
சன்னோ அஸ்து த்விபதே | சம் சதுஷ்பதே
ஓம் சாந்தி: சாந்தி: சாந்தி:

ஸ்ரீபுருஷ ஸூக்தம்

ஓம் ஸஹஸ்ரசீர் ஷா புருஷ: ஸஹஸ்ராக்ஷ: ஸஹஸ்ரபாத்
ஸ பூமிம் விஷ்வதோ வ்ருத்வா அத்யதிஷ்ட்டத் தசாங்குலம் 1
புருஷ ஏவேதகம் ஸர்வம் யத்பூதம் யச்ச பவ்யம்
உதாம்ரு தத்வஸ்யேசான: யதன்னேனா திரோஹதி 2
ஏதாவா னஸ்ய மஹிமா அதோ ஜ்யாயா குஸ்ச பூருஷ:
பாதோஸ்ய விஷ்வா பூதானி த்ரிபாதஸ் யாம்ருதம் திவி 3
த்ரிபா தூர்த்வ உதைத் புருஷ: பாதோஸ் யேஹாப வாத் புன:
ததோ விஷ்வங் வ்யக்ராமத் ஸாசனா னசனே அபி 4
தஸ்மாத் விராடஜாயத விராஜோ அதி பூருஷ:
ஸ ஜாதோ அத்யரிச்யதா பஷ்சாத் பூமி மதோ புர: 5
யத் புருஷேண ஹவிஷா தேவா யஜ்ஞமதன்வத
வஸந்தோ அஸ்யாஸீ தாஜ்யம் க்ரீஷ்ம இத்ம: சரத்தவி: 6
ஸப்தஸ்யா ஸன் பரிதய: த்ரி: ஸப்த ஸமித: க்ருதா:

தேவா யத் யஜ்ஞும் தன் வானா: அபத்னன் புருஷம் பசும் 7
தம் யஜ்ஞும் பர்ஹி ஷிப்ரௌக்ஷன்னு புருஷம் ஜாதமக்ரத:
தேன தேவா அயஜந்த ஸாத்யா ரிஷயச்ச யே 8
தஸ்மாத் யஜ்ஞாத் ஸர் வஹுத: ஸம்ப்ருதம் ப்ருஷ தாஜ்யம்
பசூகுஸ்தா குஸ்சக்ரேவா யவ்யான் ஆரண்யான் க்ராம்யாச்சயே 9
தஸ்மாத் யஜ்ஞாத் ஸர்வஹுத: ரிச: ஸாமானி ஜஜ்ஞிரே
சந்தாகும்ஸி ஜஜ்ஞிரே தஸ்மாத் யஜூஸ் தஸ்மா தஜாயத 10
தஸ்மா தஷ்வா அஜாயந்த யேகேசோ பயாதத:
காவோஹ ஜஜ்ஞிரே தஸ்மாத் த்ஸ்மாஜ் ஜாதா அஜாவய: 11
யத் புருஷம் வ்யதது: கதிதா வ்ய கல்பயன்னு
முகம் கிமஸ்ய கௌ பாஹூ காவூரு பாதாவுச்யேதே 12
ப்ராஹ்மணோஸ்ய முகமாஸீத் பாஹூ ராஜன்ய: க்ருத:
ஊரூ ததஸ்ய யத்வைச்ய: பத்ப்யாகும் சூத்ரோ அஜாயத 13
சந்த்ரமா மனஸோ ஜாத: சக்ஷோ: ஸூர்யோ அஜாயத
முகாதிந்த்ரச் சாக்னிச்ச ப்ராணாத் வாயுரஜாயத 14
நாப்யா ஆஸீ தந்தரிக்ஷம் சீர்ஷ்ணோ த்யௌ: ஸமவர்த்தத
பத்ப்யாம் பூமி திச: ச்ரோத்ராத் ததா லோகாகம் அகல்பயன் 15

வேதாஹ மேதம் புருஷம் மஹாந்தம் ஆதித்ய வர்ணம் தமஸஸ்து பாரே

ஸர்வாணி ரூபாணி விசித்ய தீர: நாமானி க்ருத்வாபிவதன்ய தாஸ்தே 16

தாதா புரஸ்தாத் யமுதா ஜஹார சக்ர: ப்ரவித்வான்ப்ரதிசச்சதஸ்ர:

தமேவம் வித்வா னம்ருத இஹ பவதி நான்ய: பந்தா அயனாய வித்யதே 17

யஜ்ஞேன யஜ்ஞமயஜந்த தேவா: தானி தர்மாணி ப்ரதமான்யாஸன்

தே ஹ நாகம் மஹிமா: ஸசந்தே யத்ர பூர்வே ஸாத்யா: ஸந்தி தேவா: 18

அத்ப்ய: ஸம்பூத: ப்ருதிவ்யை ரஸாச்ச விச்வ கர்மண: ஸமவர்த்ததாதி

தஸ்ய த்வஷ்ட்டா விததத் ரூபமேதி தத் புருஷஸ்ய விஷ்வமாஜானமக்ரே 19

வேதாஹ மேதம் புருஷம் மஹாந்தம் ஆதித்ய வர்ணம் தம ஸ:பரஸ்தாத்

த்மேவம் வித்வா னம்ருத இஹ பவதி நான்ய: பந்தா வித்யதேயனாய 20

ப்ரஜாபதிச்சரதி கர்பே அந்த:அஜாயமானோ பஹுதா விஜாயதே
தஸ்ய தீரா: பரிஜானந்தி யோனிம் மரீசீனாம் பதமிச்சந்தி வேதஸ: 21
யோ தேவேப்ய ஆதபதி யோ தேவானாம் புரோஹித:
பூர்வோ யோ தேவேப்யோ ஜாத: நமோ ருசாய ப்ராஹ்மயே 22
ருசம் ப்ராஹ்மம் ஜனயந்த: தேவா அக்ரே ததப்ருவன்
யஸ் த்வைவம் ப்ராஹ்மணோ வித்யாத் தஸ்ய தேவா அஸன்வசே 23
ஹ்ரீச்ச தே லக்ஷ்மீச்ச பத்னியெள அஹோராத்ரே பார்ஷ்வே
நக்ஷத்ராணி ரூபம் அஷ்வினௌ வ்யாத்தம் 24
இஷ்டம் மனிஷாண அமும் மனிஷாண ஸர்வம் மனிஷாண 25

சாந்தி பாடம்

ஓம் தச்சம்யோ ராவ்ருணீமஹே காதும் யஜ்ஞாய
காதும் யஜ்ஞ பதயே தைவீ ஸ்வஸ்திரஸ்து ந:
ஸ்வஸ்திர் மானுஷேப்ய: ஊர்த்வம் ஜிகாது பேஷஜம்
சன்னோ அஸ்து த்விபதே | சம் சதுஷ்பதே
ஓம் சாந்தி: சாந்தி: சாந்தி:

ஸ்ரீ புருஷ ஸூக்தம் - ஒரு முன்னுரை

ஸூக்தம் என்றால் மிக நன்றாக, சிறப்பாக, உயர்வாக, புகழ்ந்து சொல்லப்படுகிறது என்று அர்த்தம். புருஷ ஸூக்தம் என்றால் புருஷன் என்பவரை மிகவும் புகழ்ந்து சொல்லப்படுவது என்று அர்த்தம் கொள்ள-லாம்.

புருஷ ஸூக்தத்தின் பல சிறப்புகளில் ஒன்றாக இருப்பது புருஷன் என்பவர் யார் என்று இந்த ஸூக்தத்தில் எங்குமே குறிப்பிடப்பட-வில்லை. இந்த பிரபஞ்ச படைப்புக்கு ஆதி மூலமாக இருப்பவர் இவர் ஒருவரே என்றும், எல்லாம் இவருக்குள் அடக்கம் என்றும், இவருக்கு சமமாகவோ அதை விட உயர்ந்ததாக எதுவும், எவரும் இல்லை என்றே சொல்லப்பட்டிருக்கிறது. ஒரு சிலர் அவரவர் சௌகர்யத்துக்கு, புருஷன் என்பவர் நாராயணனே என்றும், இல்லை, இல்லை புருஷன் என்பவர் ருத்ரன் என்கிற சிவனே என்று வாதம் செய்வதும் உண்டு.

லௌகீக வாழ்க்கையில் புருஷன் என்பவரை ஒரு பெண்ணின் கணவன் என்ற அர்த்தத்தில் கொள்கிறோம். அதே அர்த்தத்தில் இங்கு

வைத்து பார்ப்போமேயானால், மிகவும் மதிக்கத்தக்கவர், பாதுகாப்பு அளிப்பவர், முன் சென்று வழி நடத்துபவர், பலசாலி, தைரியம் மிக்கவர் என்று பொருந்தி வரும் அர்த்தங்களை கொள்ளலாம்.

விராட புருஷர் என்று சொல்லும் போது எவரிடமிருந்து அனைத்தும் தோன்றி, பின்பு பிரளைய காலத்தில் அவருக்குள் ஒடுங்குகிறதோ அவரே விராட புருஷர் என்று அர்த்தம் வருகிறது. பரம புருஷர் என்று சொல்லும் போது அவரை விட உயர்வானது, உயர்வானவர் என்று எதுவும், எவரும் இல்லை என்று அர்த்தம் வருகிறது. ஆக, புருஷன் என்பவர் எல்லைகள் அற்றவர், கணக்கிட முடியாதவர், எளிதில் கிரஹித்து மதிப்பிட முடியாதவர், காலத்தாலோ, இடத்தாலோ அவரை அறுதியிட்டு அடக்கிவிட முடியாது என்று பல அர்ததங்களில் சொல்லப்படுகிறார்.

புருஷ ஸுக்தத்தின் இன்னொரு தனிச் சிறப்பு, இது நான்கு வேதங்களிலும் இருக்கிறது. ருத்ரம் என்று சொல்லப்படும் நமகம் மற்றும் சமகம் என்பது யஜுர் வேதத்தில் மட்டுமே காணக் கிடைக்கிறது. நான்கு வேதங்களில் புருஷ ஸூக்தம் இருந்தாலும், மந்திரங்களின் அமைப்பு எண்ணிக்கையில் நான்கிலும் மாறுபட்டு இருக்கிறது. தற்காலத்தில் மிக பிரபலமாக சொல்லப்படும் புருஷ ஸூக்தம், கிருஷ்ண யஜுர் வேதத்தில் 18 மந்திரங்களாக இருக்கின்றன.

புருஷ ஸூக்தத்தை ஒரு ஆச்சார்யன் மூலமாகவே கற்றுக் கொள்ள வேண்டும் என்று கடுமையான விதி ஒன்று இருக்கிறது. விஷ்ணு சஹஸ்ரநாமம், ஸ்ரீமத் பாகவதம், பகவத் கீதை போன்றவைகள் ஸ்லோகங்கள் என்கிற அமைப்பில் வருகின்றன. அவைகளை யார் வேண்டுமானாலும் சொல்லலாம், எப்போது, எங்கு வேண்டுமானாலும் சொல்லலாம். ஒரு வேளை, தவறுதலாக உச்சரித்தால் கூட அது தப்பில்லை என்கிற தளவர்வு ஸ்லோகங்களுக்கு உண்டு. ஆனால் மந்திரங்கள் என்பது அதி ஜாக்கிரதையாக, மிகுந்த பொறுப்போடு, கவனத்தோடு கையாளப்பட வேண்டும் என்பது மாற்ற முடியாத விதி.

மந்திரங்களை உச்சரிக்கும் போது ரித்விக்குகள் ஒரு குறிப்பிட்ட மெட்டில் சொல்வதை கவனித்திருக்கலாம். ஒரு சில வார்த்தைகளை சற்று உயர்த்தியோ, அல்லது சற்று கீழ் நோக்கியோ, அல்லது சமமாகவோ அல்லது இரட்டிப்பாக்கி நீட்டியோ சொல்வார்கள். அப்படித்தான் மந்திரங்கள் சொல்லப்பட வேண்டும். ஒரு வேளை மாற்றிச் சொன்னால் அர்த்தமே மாறிப் போவதற்கான வாய்ப்புகள் உள்ளன என்பதால்,

மிகுந்த எச்சரிக்கை தேவை.

புருஷ ஸுக்தம் யக்யங்களில் சொல்லப்படுகிறது, ஸ்வாமிக்கு அபி-ஷேகம் செய்யும் போது சொல்லப்படுகிறது, ஸ்வாமி புறப்பாட்டின் போது சொல்லப்படுகிறது. எல்லா மங்கல விஷேஷங்களிலும் புருஷ ஸூக்தம் சொல்லப்படுகிறது.

புருஷ ஸூக்தம் பெரிதினும் பெரிதாக இறைவன் இருக்கின்றார் என்று சொல்கிறது. அதற்கு நேர் மாறாக சிறியவற்றிலும், சிறியதாக நாராயணன் இருக்கின்றார் என்று நாராயண ஸூக்தம் சொல்கிறது. எங்கும் எதிலும் பரந்து, விரிந்து இருப்பவர் விஷ்ணு என்று விஷ்ணு ஸூக்தம் சொல்கிறது. எனவேதான், புருஷ ஸூக்தம் சொல்லி முடித்-ததும், நாராயண ஸூக்தத்தை தொடர்ந்து, விஷ்ணு ஸூக்தம் சொல்லி முடிப்பார்கள்.

புருஷ ஸூக்தம் மட்டும் சொல்வதாக இருந்தால், சாந்தி பாட மந்-திரத்தை முதலில் சொல்லி, புருஷ ஸூக்தம் சொல்லி, மீண்டும் சாந்தி பாட மந்திரத்தைச் சொல்லி முடிக்கும் ஒரு வழக்கம் இருக்கிறது.

மிக முக்கியமான ஒரு விஷயம். புருஷ ஸூக்தம் போன்ற மந்திரங்-களை பெண்கள் சொல்லலாமா என்கிற கேள்வி பொதுவெளியில் மிக சாதாரணமாக இருக்கிறது. மிக சுருக்கமாக சொல்ல வேண்டுமென்றால், ஸாஸ்திரப் படி பெண்கள் சொல்லக் கூடாது என்று சொல்லவில்லை. அவசியம் இல்லை என்றே சொல்ல வருகிறது. அது ஏன் அப்படி என்று பார்போம்.

மந்திரங்கள் என்பது ஸ்லோகங்களை போல சட்டென்று ஒரு இடத்-தில், எந்தவித முன் தயாரிப்பு இல்லாமல், சொல்லக் கூடியவை அல்ல. அதற்கான வழி முறைகள் அறுதியிட்டு மிகத் தெளிவாக சொல்லபட்-டிருக்கின்றன. ஒரு யாகத்தையோ அல்லது ஹோமத்தையோ தொடங்க வேண்டுமென்றால் பூர்வாங்கமாக அங்கன்யாச கரன்யாச மந்திரங்கள் இருக்கின்றன. நம் உடலின் ஒவ்வொரு இடத்தையும் ஒரு குறிப்பிட வழிமுறையில் தொட்டு சில/பல தெய்வங்களை அமர்த்த வேண்டும். தலையில் இந்த தெய்வம் இருக்கட்டும், கால்களில் இந்த தெய்வம் இருக்கட்டும், கண்களில் இந்த தெய்வம் அமரட்டும், என்று சொல்லி யாகத்தை ஆரம்பிப்பார்கள். இதை கிரஹஸ்த யஜமானனான கணவனே செய்வது நல்லது நம் பெரியோர்கள் தீர்மானித்திருக்கிறார்கள். மந்திரங்-களை ஒரு ஆச்சார்யன் மூலமாக கற்றுக் கொள்வதில், மிக கடுமை-

யான விதிகளும், உடல்/மனம் சார்ந்த பயிற்சி முறைகளும் இருப்பதால், இவை பெண்களுக்கு அவசியம் இல்லை என்றே மிகச் சரியாக நம் முன்னோர்கள் கணித்திருக்கிறார்கள்.

ஒரு தவத்தை ஒரு தனி மனிதனாக காட்டில் செய்துவிடலாம். ஆனால் யாகத்தை செய்ய கணவனும் மனைவியும் சேர்ந்தே பங்களிக்க வேண்டும். யாக யஜமானனாக கணவன் அமர்ந்துவிட்டால், யாகத்துக்கு வேண்டிய ஹவிஸை (அக்னியை) மனைவிதான் தக்க சமயத்தில் கொண்டு தர வேண்டும். அதே மாதிரி யாகத்தில் அளிக்கப்பட வேண்டிய மற்ற திரவியங்களை/யக்ய சாமான்களை அவன் கேட்கும் சமயங்களில் அவள் கொடுக்க வேண்டும். உணவு தாயாரிக்க வேண்டும். கணவன் யாகம் செய்யும் போது சில நிமிடங்கள் தர்பை புல்லின் நுனியால் அவன் தோள்களை தொட்டு, யாகத்தில் பங்கு கொள்ள வேண்டும். இவை எல்லாவற்றையும் வேறு யாரும் செய்வதற்கு உரிமை இல்லை.

ஒரு முறை யாகத்திற்காக கணவன் அமர்ந்துவிட்டால், வேறு வேலைக்காக எழுந்து போய்விட முடியாது. எனவேதான், யக்ய வழிமுறைகள் கிரஹஸ்தர்களாக இருக்கும் கணவன் மனைவியிடையே அவர்களின் தன்மைக்கு ஏற்ப பிரித்து கொடுக்கப்பட்டிருக்கிறது. இதில் இது உயர்ந்தது, அது தாழ்ந்தது என்று எதுவுமே கிடையாது. தற்கால சூழலில் ஒரு சில வேலைகளை தாழ்ந்தது நாம்தான் வகைபடுத்திக் கொண்டு வீண் விவாதம் செய்து கொண்டிருக்கிறோம்.

பெண்கள் மந்திர உச்சாடனம் செய்ய தேவையில்லை என்று சொல்லியிருக்கிறதே தவிர அவைகளை அறிந்து கொள்வதில் தடையில்லை. வேத காலத்தில் பல பெண்கள் வேத விவாதங்களில் சிறந்தவர்களாக இருந்திருக்கிறார்கள். மண்டன மிஸ்ரர் என்பவரின் மனைவியான உபய-பாரதி, தன் கணவர் ஆதி சங்கரரிடம் வாதத்தில் தோற்றவுடன், தொடர்ந்து அவளே சங்கரரோடு வாதம் செய்தாள் என்று சான்றுகள் இருக்கின்றன.

இன்னும் சற்று கூடுதலாகச் சொல்லப் போனால் ஓம் என்னும் பிரணவ மந்திரமே கிரஹஸ்த தர்மத்திலிருக்கும் பெண்களுக்கு அவசியமில்லை என்றே சொல்லப்படுகிறது. அந்த பிரணவ மந்திரம் சரியான முறையில் சொல்லப்படும் போது உடலுக்குள் ஏற்படும் அதிர்வலைகள் அவர்களுக்கு நல்லதை கொடுக்காது என்றே பல வேதாச்சார்யர்கள்

சொல்லியிருக்கிறார்கள்.

நம் சனாதன தர்மத்தில் கணவன் செய்யும் புண்ணியங்களில் 50% அவன் தர்ம பத்தினிக்கு தடையின்றி சென்றுவிடும் என்று உள்ளது. ஆனால் அவன் செய்யும் பாவங்கள், அவன் மனைவிக்கு போய் சேராது. அதற்கு அவனே முழு பொறுப்பு. ஆனால் அவன் மனைவி செய்யும் பாவங்களில் பாதி அவன் கணக்கில் சேர்ந்துவிடும். எனவே, தர்ம சிந்தனைகளை, கணவன் மனைவியரின் பணிகளை, பிரித்து பார்த்து ஆராயவே அவசியம் இல்லை. இருவரின் பணியையும் ஒன்றாக சேர்த்தே பார்க்க வேண்டும்.

எனவே, பெண்கள் மந்திரங்களையும், அதன் அர்த்தங்களையும் அறிந்து கொள்வதில் தவறில்லை. அவைகளை காது கொண்டு கேட்பதும் தவறில்லை. மந்திரங்களை உச்சாடனம் செய்வதை மட்டும் தவிர்ப்பது நல்லது என்றே சொல்லப்பட்டிருக்கிறது.

இனி புருஷ ஸூக்தத்தின் எளிய அர்த்தங்களை சாந்தி பாட மந்திரத்திலிருந்து பார்க்கலாம். தமிழில் சரியான அர்த்தம் வருவதற்காக சில மந்திர வார்த்தைகள் மாற்றியமைக்கப் பட்டுள்ளன. எனவே, நேருக்கு நேர் அர்த்தம் புரிந்துகொள்வதற்காக மட்டும் இனி வருவதை படிக்க வேண்டும். பாராயணம் செய்வதற்கு முழுமையாக சாந்தி பாடம்/புருஷ ஸூக்தம் பின்னால் கொடுக்கப்படும்.

சாந்தி பாடம் - பதவுரை

ஓம் தத் சம்யோ

ஓம் எது எந்நேர துன்பங்களிலிருந்தும் சாந்தி அளிக்குமோ அதை,

ஆவ்ருணீமஹே

ஆர்வத்துடன் வேண்டுகிறோம்.

காதும் யஜ்ஞாயா

நற்பயனை கொடுக்கட்டும், யக்யத்திற்கு.

காதும் யஜ்ஞபதயே

நன்மையை செய்யட்டும், யக்யம் செய்யும் எஜமானனுக்கு.

தைவீ ஸ்வஸ்தி அஸ்து ந:

தேவதைகள் அருளை அளிக்கட்டும், நமக்கு.

ஸ்வஸ்தி மானுஷேப்ய:

க்ஷேமத்தை உண்டாக்கட்டும், மானுடர்களுக்கு.

ஊர்த்வம் ஜிகாதுபேஷஜம்

மேல் நோக்கி வளரட்டும், செடி கொடிகள்.

சம் ந அஸ்துத்விபதே

மங்கலம் நமக்கு உண்டாகட்டும், இரண்டு கால்களை கொண்டவர்களுக்கு.

சம் சதுஷ்பதே

மங்கலம் உண்டாகட்டும், நான்கு கால்களை கொண்டவைகளுக்கு.

ஓம்சாந்தி:சாந்தி:சாந்தி:

ஓம். அமைதி நிலவட்டும். அமைதி நிலவட்டும். அமைதி நிலவட்டும்.

ஸ்ரீ புருஷ ஸூக்தம் - பதவுரை

ஓம் ஸஹஸ்ர சீர்ஷா புருஷ:

ஓம் ஆயிரக்கணக்கான தலைகளை கொண்ட புருஷன் (எல்லாவற்றையும் தாங்குபவர்)

ஸஹஸ்ர அக்ஷ: ஸஹஸ்ர பாத்

ஆயிரக்கணக்கான கண்களையும் பாதங்களையும் கொண்டவர் (எல்லாவற்றையும் எப்போதும் பார்க்கக் கூடியவர், எங்கும், எப்போதும் பாதம் பதித்து இருக்கக்கூடியவர்)

ஸபூமிம் விஷ்வதோ வ்ருத்வா

அவர் பூமியில் எங்கும் வியாபித்திருக்கிறார்,

அத்யதிஷ்ட்டத்தசாங்குலம்

கடந்து நிற்கிறார், கை பத்து விரல்களை கொண்டும் எண்ணிவிட முடியாத அளவில்.

புருஷ ஏவே இதம் ஸர்வம்

புருஷன் ஒருவரே இப்போதும் எல்லாமாக இருக்கிறார்.

யத்பூதம் யச்சபவ்யம்

எவர் முன்னிருந்தாரோ, எவர் பிறகாலத்திலும் இருக்கப்போகிறாரோ,

உத அம்ருதத்வஸ்ய ஈசான:

மேலும் எக்காலத்திலும் அழிய முடியாத அமிர்தமான ஈசனாக இருப்பவரோ,

யத் அன்னேன அதிரோஹதி

எவர் முடிவில்லாமல் விரிந்துகிடக்கும் இந்த அன்னமயமான பிரபஞ்சத்திலிருந்து, வெற்றிடத்திலிருந்து வெளிப்படவரோ,

ஏதாவான் அஸ்ய மஹிமா

இங்கு காண்பதெல்லாம் இவருடைய மஹிமையே.

அத: ஜ்யாயான் குஸ்ச பூருஷ:

இவ்வனைத்தைகாட்டிலும் மேன்மையானவர் பரம புருஷர்

பாதஅஸ்ய விஷ்வாபூதானி

ஒரு கால் பங்கு பாகமாக, இவரால் உண்டான உயரினங்கள் இருக்கின்றன.

த்ரிபாத அஸ்ய அம்ருதம்திவி

முக்கால் பங்கு பாகமாக, இவரின் அழிவற்ற அமிர்தமாக பரமபதத்திலிருக்கிறது.

த்ரிபாத ஊர்த்வ உதைத் புருஷ:

முக்கால் பங்காக, எல்லாவற்றுக்கும் மேலாக விளங்குகிறார் புருஷர்.

பாத அஸ்ய இஹ அபவாத் புன:

கால் பாகம் மட்டுமே, இவரே இவ்வுலகில் (உயிரினங்களாக) தோன்றுகிறார், மீண்டும் மீண்டும்.

ததோ விஷ்வங் அபிவ்யக்ராமத்

அதிலிருந்து, எல்லாம், **எங்கும்** தோன்றின.

ஸாசன அனசனே

உயிருள்ள பொருட்களும், ஜடப் பொருட்களும்,

தஸ்மாத் விராட் அஜாயத

அப்படிப்பட்ட அந்த புருஷனிடமிருந்து இந்த பிரகாசமான, ப்ரும்மாண்டமான பிரபஞ்சம் உண்டானது.

விராஜோ அதிபூருஷ:

அந்த ப்ரும்மாண்டத்திலிருந்து ப்ரும்மா உண்டானர்.

ஸ ஜாதோ அத்யரிச்யதா

அவர் பிறந்து மிக பெரிதாக வளர்ந்தார்.

பஷ்சாத் பூமி மதோ புர:

அதன் பின்னால் பூமியும் மற்ற உயிரினங்களும் உண்டாயின.

யத் புருஷேண ஹவிஷா தேவா யஜ்ஞம் அன்வத

எந்த புருஷனோ, அவரையே யக்யத்தில் அளிக்கும் பொருளாக்கி, தேவர்கள் யக்யம் செய்தார்கள்.

வஸந்தோ அஸ்யாஸீ தாஜ்யம்

வசந்த காலம் இதற்கு நெய்யானது.

க்ரீஷ்ம இத்ம: சரத்தவி:

கோடை காலம் சமித்து கட்டைகள், பனிக் காலம் எரி பொருள்

ஸப்த அஸ்ய ஆஸன் பரிதய:

காயத்ரி, உஷ்ணிக், அனுஷ்டுப், ப்ருஹதி, பங்க்தி, த்ருஷ்டு, ஜகதி ஆகிய ஏழு சந்தஸ்களும் இந்த யாகத்துக்கு ஆயின, வேலிகளாக. (யாகம் செய்யும் போது மேற்கு, வடக்கு, தெற்கு ஆகிய திசைகளில் முறையே இரண்டு ஸமித் குச்சிகளையும், கிழக்கே ஒரு ஸமித் குச்சி-யையும் வேலிகளாக அமைப்பது வழக்கம்)

த்ரி: ஸப்த ஸமித: க்ருதா:

முவேழு 21 தத்துவங்களும் (பஞ்ச பூதங்கள் - ஆகாசம், வாயு, அக்னி, நீர், நிலம்; பஞ்ச தன் மாத்திரைகள் - ஸப்தம், ஸ்பர்ஷம், ரூபம், ரசம், கந்தம்; பஞ்ச ஞானேந்திரியங்கள் - மெய், வாய், கண், மூக்கு, செவி; பஞ்ச கர்மேந்திரியங்கள் - கை, கால், வாய், மல/ஜல விஸர்ஜன பாகங்கள்; மனசு) ஸமித்துகளாக செய்யப்பட்டன.

தேவா யத் யஜ்ஞும் தன்வானா:

தேவர்கள் அந்த யக்ஞயம் செய்பவர்களாக ஆனர்கள்.

அபத்னன் புருஷம் பசும்

கட்டினார்கள், புருஷனையே ஹோம பசுவாக.

தம்பர்ஹிஷி ப்ரௌக்ஷன்னு அக்ரத: ஜாத புருஷம்

அந்த யக்ஞய பீடத்தில் தெளித்தார்கள், முதலில் உண்டான புரு-ஷனையே.

தேனதேவா ஸாத்யா ரிஷயச்ச யே யஜ்ஞும் அயஜந்த

அவரை கொண்டு தேவர்கள், சாத்யர்கள், ரிஷிகள், எவரோ யாகத்தை நடத்தினார்கள்,

தஸ்மாத் யஜ்ஞாத் ஸர் வஹுத: ஸம்ப்ருதம் ப்ருஷ தாஜ்யம்

அந்த யக்ஞயத்தில் முழுமையாக அர்பணிக்கபட்டதிலிருந்து கிடைக்கப் பெற்றது, நெய்யுடன் தயிர் கலந்த ஒன்று (இதைக் கொண்-டுதான் ப்ரும்மா மற்ற சேத/அசேதனங்களை உருவாக்க வேண்டும்).

பசூகுஸ்தாகுஸ்வாயவ்யான் ஆரண்யான்க்ராம்யாச்சயே சக்ரே

பிராணிகள், காற்றில் பறப்பவைகள், காட்டில் வாழ்பவை, கிராமங்க-ளில் வாழ்பவைகள் எவையோ உண்டாயின

தஸ்மாத் யஜ்ஞாத் ஸர்வஹுத: ரிச: ஸாமானி ஜஜ்ஞிரே

அந்த யக்ஞயத்தில் முழுமையாக அர்பணிக்கபட்டதிலிருந்து ரிக் வேத மந்திரங்களும் சாம வேத மந்திரங்களும் உண்டாயின.

சந்தாகும்ஸி ஜஜ்ஞிரே தஸ்மாத்

காயத்ரி முதலிய சந்தஸ்களும் உண்டாயின, அதிலிருந்தே.

யஜுஸ் தஸ்மாத் அஜாயத

யஜுர் வேதமும் அதிலிருந்தே உண்டானது.

தஸ்மா அஷ்வா அஜாயந்த

அதிலிருந்து குதிரைகள் உண்டாயின.

யேகேச உபயாதத:காவோ ஹ ஜஜ்ஞிரே தஸ்மாத்

ஒரு வரிசை பற்களை கொண்டவைகளும், இரு வரிசை பற்களை கொண்டவைகளும், பசுக்களும் உண்டாயின, அதிலிருந்தே.

தஸ்மாத் ஜாதாஅஜா ஆவய:

அதிலிருந்தே உண்டாயின, ஆடுகளும் செம்மறி ஆடுகளும்.

யத் புருஷம் வ்யதது:

அந்த புருஷர் பல்வேறாக பிரிக்கப்பட்டார்

கதிதாவ்ய கல்பயன்னு

எந்த வடிவிலான ஆக்கப்பட்டார்

முகம் கிமஸ்ய கௌபாஹூ

முகம் எப்படி ஆனது, எவை கைகள் ஆகின

காவூரு பாதாவுச்யேதே

யார் தொடைகளாகவும், பாதங்களாகின என்று சொல்லப்படுகிறது

ப்ராஹ்மண அஸ்ய முகம் ஆஸீத்

ப்ராம்ணர்களாக இவரது முகம் ஆனது (வேதம் சொல்லக் கூடிய தன்மை கொண்ட பிராம்ணர்கள் அதன் அம்சமாக இருக்கும் வாயிலி-ருந்து பிறந்தார்கள்).

பாஹூ ராஜன்ய: க்ருத:

கைகள் க்ஷத்திரியர்களாக செய்யப்பட்டன (கைகளாலும், வலிமை-யான தோள்களாலும் நாட்டைக் காக்கக் கூடிய தன்மை கொண்ட க்ஷத்-திரியர்கள், அதன் அம்சமாக இருக்கும் கைகளிலிருந்து பிறந்தார்கள்).

ஊரூ தத் அஸ்ய யத்வைச்ய:

இவரது தொடைகளாக இருந்தவைகள், வைசியர்கள் எவர்களோ அவர்களாக ஆயிற்று (பொருள் சேர்க்கும் தன்மை கொண்ட வைசியர்-கள், அதன் அம்சமாக இருக்கும் தொடையிலிருந்து பிறந்தார்கள்).

பத்ப்யாகும் சூத்ரோ அஜாயத

பாதங்களிலிருந்து நான்காம் வர்ணத்தினர் பிறந்தார்கள் (கடினமான உடல் உழைப்பு தன்மை கொண்ட நான்காம் வர்ணத்தினர், அதன் அம்-சமாக இருக்கும் கால்களிலிருந்து பிறந்தார்கள்).

சந்த்ரமா மனஸோ ஜாத:
மனசிலிருந்து சந்திரன் உண்டாயிற்று

சக்ஷோ: ஸூர்யோ அஜாயத
கண்களிலிருந்து சூரியன் உண்டாயிற்று

முகாதிந்த்ரச்சாக்னிச்ச ப்ராணாத்வாயுரஜாயத
முகத்திலிருந்து இந்திரனும், அக்னியும் ப்ராணனிலிருந்து வாயுவும் உண்டாகின

நாப்யா ஆஸீ தந்தரிக்ஷம்
தொப்புளிலிருந்து உண்டாயிற்று ஆகாயம்

சீர்ஷ்ணோத்யௌ: ஸமவர்த்தத
தலையிலிருந்து சுவர்கலோகம் நன்றாக அமைந்தது

பத்ப்யாம்பூமிதிச: ச்ரோத்ராத்
கால்களிலிருந்து பூமியும், காதுகளிலிருந்து திசைகளும்

ததா லோகாகம் அகல்பயன்
அவ்வாறு எல்லா லோகங்களையும் சங்கல்பத்தினால் படைத்தார்

வேதா அஹம் ஏதம் புருஷம் மஹாந்தம்
அறிவேன் நான், அந்த புருஷரை, மஹிமை கொண்டவரை

ஆதித்ய வர்ணம் தமஸஸ்து பாரே
சூரியனைப் போல ஒளி கொண்டவரும், இருளுக்கு அப்பார்பட்டவரும்

ஸர்வாணி ரூபாணி விசித்யதீர:
எல்லா ரூபங்களையும் தோற்றுவித்த தீரரானவர்

நாமானி க்ருத்வா அபிவதன்யதா அஸ்தே
பெயர்களையும் அமைத்துக் கொண்டு நடத்தி வருகிறார் அவரே

தாதா புரஸ்தாத்யம் உதாஜஹார
ப்ரும்மா ஆதியில் யாரை பரம் பொருளாக கண்டாரோ

சக்ர: ப்ரவித்வான் ப்ரதிசச்சதஸ்ர:
இந்திரன் நன்றாக கண்டறிந்தாரோ, நான்கு திசைகளிலும், திக்குகளிலும்

தம் ஏவம் வித்வான் அம்ருத இஹபவதி

அவரை இவ்வாராக அறிபவன் முக்தன் என்று இப்பிறவிலேயே ஆகிறான்

அன்ய: பந்தா அயனாய நா வித்யதே

வேறு வழி, மோக்ஷத்திற்கு இல்லை

யஜ்ஞேன யஜ்ஞம் அயஜந்ததேவா:

இந்த யக்யத்தால் யக்ய புருஷரை பூஜித்தார்கள், தேவர்கள்

தானிதர்மாணி ப்ரதமான்யாஸன்

அந்த யக்யத்துடன் சேர்ந்த தர்மங்கள் முதன்மை பெற்றவை ஆயின

யத்ர பூர்வே ஸாத்யா:தேவா: ஸந்தி தே மஹிமான: நாகம் ஸசந்தே

எங்கு ஆதி உபஸகர்களான சாதகர்களும், தேவர்களும் இருக்கிறார்களோ, மஹிமை பெற்ற மாஹன்களும் ஸ்வர்கலோகத்தை அடைவார்கள்.

அத்ப்ய: ப்ருதிவ்யை ரஸாச்ச ஸம்பூத:

நீரிலிருந்தும் பூமியுடைய ரசமான அம்சத்திலிருந்தும் ப்ருமாண்டம் உண்டாயிற்று,

விச்வகர்மண: அதி ஸமவர்த்தத

உலகத்தை கட்டமைக்க விஸ்வகர்மாவக, எல்லாவற்றுக்கும் மேன்மையாக தோன்றினார்

தஸ்ய த்வஷ்ட்டா விதத்த்ரூபம் ஏதி

அப்படிப்பட்ட விராட புருஷரரின் ரூபம் எங்குமாக வியாபித்தது

தத் புருஷஸ்ய விஷ்வம் அக்ரே ஆஜானம்

அந்த புருஷரின் விஸ்வரூபம் சிருஷ்டியின் தொடக்கத்தில் உண்டாயிற்று,

வேதா அஹம் ஏதம் புருஷம் மஹாந்தம்

அறிவேன் நான், அந்த புருஷரை, மஹிமை கொண்டவரை

ஆதித்ய வர்ணம் தமஸ: பரஸ்தாத்

சூரியனைப் போல ஒளி கொண்டவரும், இருளுக்கு அப்பால் இருப்பவரும்

தம் ஏவம் வித்வான் அம்ருத இஹபவதி

அவரை இவ்வாராக அறிபவன் முக்தன் என்று இப்பிறவிலேயே ஆகிறான்

அன்ய: பந்தா நா வித்யதே அயனாய

வேறு வழி இல்லை, முக்தியடைய

ப்ரஜாபதிச்சரதிகர்பேஅந்த:

பிரஜாபதியான பரம புருஷர் பிரபஞ்சத்தின் உள்ளே வசிக்கிறார்

அஜாயமானோபஹுதாவிஜாயதே

பிறக்காமலே பலவிதமாக தோன்றுகிறார் (நாம் கர்மத்தினால் மீண்டும் மீண்டும் பிறக்கிறோம். புருஷன் சங்கல்பத்தினால் அவதாரம் செய்கிறார், அதை பிறப்பு என்று எடுத்துக் கொள்ள முடியாது).

தஸ்யயோனிம் தீரா: பரிஜானந்தி

அவருடைய உண்மையான ஸ்வரூபத்தை புத்திமான்கள் அறிகிறார்கள்,

வேதஸ: மரீசீனாம் பதம் இச்சந்தி

சிருஷ்டியை செய்பவர்கள் மரீசி முதலிய ஞானிகளுடைய பதவியை விரும்புகிறார்கள்,

யோதேவேப்ய ஆதபதி

யார் தேவர்களிடம் தெய்வதன்மை விளங்கும்படி பிரகாசிக்கிறாரோ

யோதேவானாம் புரோஹித:

யார் தேவர்களுக்கெல்லாம் புரோஹிதரான பிருஹஸ்பதியாக இருக்கிறாரோ

யோதேவேப்யோ பூர்வோ ஜாத:

யார் தேவர்களுக்கு முன்னதாக தோன்றியவரோ

ருசாயப்ராஹ்மயே நமோ

அந்த ஸ்வய பிரகாசமான பரப்ரும்மத்திற்கு நமஸ்காரம்

ப்ராஹ்மம் ருசம் ஜனயந்த:தேவா

பரப்ரும்மத்தின் ஞானத்தை பரப்புவர்களான தேவர்கள்

அக்ரே தத்அப்ருவன்

ஆதியில் அதை பற்றி இப்படிச் சொன்னார்கள்

யஸ்துப்ராஹ்மணோஏவம்

எவனாயினும் ப்ரும்ம நாட்டமுடையவன் இவ்வாறு

வித்யாத் தஸ்யதேவா வசேஅஸன்

அறிவாயானேயானால் அவனுக்கு தேவர்கள் வசமாக இருப்பார்கள்

தே ஹ்ரீச்ச லக்ஷ்மீச்ச பத்னியௌ

உங்களுக்கு பூமி தேவியும் லக்ஷ்மி தேவியும் பத்தினிகள்

அஹோ ராத்ரே பார்ஷ்வே

பகலும் இரவும் பக்கங்கள்

நக்ஷத்ராணி ரூபம்

நட்சத்திர மண்டலம் திருஉருவம்

அஷ்வினௌ வ்யாத்தம்

அஸ்வினி தேவர்கள் மலர்ந்த திருவாய்

இஷ்டம் மனிஷாண

நாங்கள் விரும்பும் ஞானத்தை கொடுத்தருளும்

அமும் மனிஷாண

உலக இன்பங்களை கொடுத்தருளும்

ஸர்வம் மனிஷாண

எல்லாவற்றையும் கொடுத்தருளும்

சாந்தி பாடம் - அர்த்தங்கள் முழுமையாக

ஓம். எது எந்நேர துன்பங்களிலிருந்தும் சாந்தி அளிக்குமோ அதை ஆர்வத்துடன் வேண்டுகிறோம். அது எங்கள் யக்யத்திற்கு நற்பயனை கொடுக்கட்டும். யக்யம் செய்யும் எஜமானனுக்கு நன்மையை செய்யட்டும். தேவதைகள் நமக்கு அருளட்டும். மானுடர்களுக்கு க்ஷேமத்தை உண்டாகட்டும். செடி கொடிகள் மேல் நோக்கி வளரட்டும். இரண்டு கால்களை கொண்டவர்களுக்கு மங்கலம் உண்டாகட்டும். நான்கு கால்களை கொண்டவைகளுக்கு மங்கலம் உண்டாகட்டும். ஓம். அமைதி நிலவட்டும். அமைதி நிலவட்டும். அமைதி நிலவட்டும்.

ஸ்ரீ புருஷ ஸூக்தம் - அர்த்தங்கள் மந்திர வரிசைப்படி

1. ஓம். ஆயிரக்கணக்கான தலைகளை கொண்ட புருஷனாக, எல்லாவற்றையும் தாங்குபவராக அவர் இருக்கிறார். ஆயிரக்கணக்கான கண்களையும் பாதங்களையும் கொண்டவராக, எல்லாவற்றையும் எப்போதும் பார்க்கக் கூடியவராக, எங்கும், எப்போதும் பாதம் பதித்தவராக இருக்கிறார். பூமியில் எங்கும் வியாபித்திருக்கிறார். கை பத்து விரல்களை கொண்டும் எண்ணி விட முடியாத அளவில் கடந்து நிற்கிறார்.
2. புருஷன் ஒருவரே இப்போதும் எல்லாமாக இருக்கிறார். அவர் முன்பும் இருந்தார். பிற்காலத்திலும் இருப்பார். மேலும் எக்காலத்திலும் அழிய முடியாத அமிர்தமான ஈசனாக இருப்பவர். அவரே முடிவில்லாமல் விரிந்துகிடக்கும் இந்த அன்னமயமான பிரபஞ்சத்திலிருந்து, வெற்றிடத்திலிருந்து வெளிப்படவர்.

3. இங்கு காண்பதெல்லாம் இவருடைய மஹிமையே. இவ்வனைத்தைகாட்டிலும் மேலானவர் பரம புருஷர். இவரின் கால் பங்கு மட்டுமே, இவரால் உண்டான உயரினங்களாக இருக்கின்றன. மீதி முக்கால் பங்கு, இவரின் அழிவற்ற அமிர்தமாக பரமபதத்திலிருக்கிறது.

4. எனவே, முக்கால் பங்காக, எல்லாவற்றுக்கும் மேலாக விளங்குகிறார் புருஷர். இவ்வுலகில் மீண்டும் மீண்டும் தோன்றும் உயிருள்ள பொருட்கள், ஜடப் பொருட்கள், இவரின் கால் பாகம் மட்டுமே.

5. அப்படிப்பட்ட அந்த புருஷனிடமிருந்து இந்த பிரகாசமான, ப்ரும்மாண்டமான பிரபஞ்சம் உண்டானது. அந்த ப்ரும்மாண்டத்திலிருந்து ப்ரும்மா உண்டானர். அவர் பிறந்து மிக பெரிதாக வளர்ந்தார். அதன் பின்னால் பூமியும் மற்ற உயிரனங்களும் உண்டாயின.

6. புருஷனையே யக்யத்தில் அளிக்கும் பொருளாக்கி தேவர்கள் யக்யம் செய்தார்கள். அதில் வசந்த காலம் நெய்யானது. கோடை காலம் சமித்து கட்டைகள் ஆகின. பனிக் காலம் எரி பொருள் ஆனது.

7. காயத்ரி, உஷ்ணிக், அனுஷ்டுப், ப்ருஹதி, பங்க்தி, த்ருஷ்டு, ஜகதி ஆகிய ஏழு சந்தஸ்களும் இந்த யாகத்துக்கு வேலிகளாக ஆயின (யாகம் செய்யும் போது மேற்கு, வடக்கு, தெற்கு ஆகிய திசைகளில் முறையே இரண்டு ஸமித் குச்சிகளையும், கிழக்கே ஒரு ஸமித் குச்சியையும் வேலிகளாக அமைப்பது வழக்கம்). முவேழு 21 தத்துவங்களும் (பஞ்ச பூதங்கள் - ஆகாசம், வாயு, அக்னி, நீர், நிலம்; பஞ்ச தன் மாத்திரைகள் - ஸப்தம், ஸ்பர்ஷம், ரூபம், ரசம், கந்தம்; பஞ்ச ஞானேந்திரியங்கள் - மெய், வாய், கண், மூக்கு, செவி; பஞ்ச கர்மேந்திரியங்கள் - கை, கால், வாய், மல/ஜல விஸர்ஜன பாகங்கள்; மனசு) ஸமித்துகளாகின. தேவர்கள் யக்ஞயம் செய்பவர்களாக ஆனர்கள். புருஷனையே ஹோம பசுவாக்கினார்கள்.

8. அந்த யக்ஞய பீடத்தில் புருஷனையே தெளித்தார்கள். தேவர்கள், சாத்யர்கள், ரிஷிகள் ஆகியோர் யாகத்தை நடத்தினார்கள்.

9. அந்த யக்ஞயத்தில் முழுமையாக அர்பணிக்கபட்டதிலிருந்து நெய்யுடன் தயிர் கலந்த ஒன்று கிடைக்கப் பெற்றது (இதை கொண்டுதான் ப்ரும்மா மற்ற சேத/அசேதனங்களை உருவாக்க

வேண்டும்). பிராணிகள், காற்றில் பறப்பவைகள், காட்டில் வாழ்பவை, கிராமங்களில் வாழ்பவைகள் போன்றவை அதிலிருந்து உண்டாயின.

10. அந்த யக்ஞயத்தில் முழுமையாக அர்பணிக்கபட்டதிலிருந்து ரிக் வேத மந்திரங்களும் சாம வேத மந்திரங்களும் உண்டாயின. காயத்ரி முதலிய சந்தஸ்களும் அதிலிருந்தே உண்டாயின. யஜூர் வேதமும் அதிலிருந்தே உண்டானது.

11. அதிலிருந்து குதிரைகள் உண்டாயின. ஒரு வரிசை பற்களை கொண்டவைகளும், இரு வரிசை பற்களை கொண்டவைகளும், பசுக்களும், ஆடுகளும் செம்மறி ஆடுகளும் உண்டாயின.

12. புருஷர் பல்வேறாக பிரிக்கப்பட்டார். எந்த வடிவிலான ஆக்கப்பட்டார்? முகம் எப்படி ஆனது? எவை கைகள் ஆகின? யார் தொடைகளாகவும், பாதங்களாகினார்கள்?

13. ப்ராஹ்மனர்களாக இவரது முகம் ஆனது (வேதம் சொல்லக் கூடிய தன்மை கொண்ட பிராம்ணர்கள் அதன் அம்சமாக இருக்கும் வாயிலிருந்து பிறந்தார்கள்) . கைகள் க்ஷத்திரியர்களாக ஆயின (கைகளாலும், வலிமையான தோள்களாலும் நாட்டைக் காக்கக் கூடிய தன்மை கொண்ட க்ஷத்திரியர்கள், அதன் அம்சமாக இருக்கும் கைகளிலிருந்து பிறந்தார்கள்). இவது தொடைகள் வைசியர்களாக ஆயின (பொருள் சேர்க்கும் தன்மை கொண்ட வைசியர்கள், அதன் அம்சமாக இருக்கும் தொடையிலிருந்து பிறந்தார்கள்). பாதங்கள் நான்காம் வர்ணத்தினராக ஆனார்கள் (கடினமான உடல் உழைப்பு தன்னை கொண்ட நான்காம் வர்ணத்தினர், அதன் அம்சமாக இருக்கும் கால்களிலிருந்து பிறந்தார்கள்).

14. மனசிலிருந்து சந்திரன் உண்டாயிற்று. கண்களிலிருந்து சூரியன் உண்டாயிற்று. முகத்திலிருந்து இந்திரனும், அக்னியும் உண்டாயின. ப்ராணனிலிருந்து வாயு உண்டானது.

15. ஆகாயம் தொப்புளிலிருந்து உண்டாயிற்று. தலையிலிருந்து சுவர்கலோகம் நன்றாக அமைந்தது. கால்களிலிருந்து பூமியும், காதுகளிலிருந்து திசைகளும் உண்டாகின. அவ்வாறு எல்லா லோகங்களையும் தன் சங்கல்பத்தினால் படைத்தார்.

16. சூரியனைப் போல ஒளி கொண்டவரான, இருளுக்கு அப்பார்பட்டவரான, அந்த மஹிமை கொண்ட அந்த புருஷனை நான் அறிவேன். எல்லா ரூபங்களையும் தோற்றுவித்த தீரர் அவர். எல்லா நாமங்களாலும் தன்னை அமைத்துக் கொண்டவர் அவரே.
17. ப்ரும்மா ஆதியில் யாரை பரம் பொருளாக கண்டாரோ, யாரை நான்கு திசைகளிலும்/திக்குகளிலும் இந்திரன் நன்றாக கண்டறிந்தாரோ, அவரை பரம புருஷராக அறிபவன், முக்தன் என்று இப்பிறவிலேயே ஆகிறான். இதைத் தவிர மோக்ஷத்திற்கு வேறு வழி இல்லை.
18. தேவர்கள் யக்யத்தால் யக்ய புருஷனை பூஜித்தார்கள். அந்த யக்யத்துடன் சேர்ந்த தர்மங்கள் முதன்மை பெற்றவை ஆயின. எங்கு ஆதி உபஸகர்களான சாதகர்களும், தேவர்களும் இருக்கிறார்களோ, அவர்களோடு மஹிமை பெற்ற மாஹன்களும் ஸ்வர்கலோகத்தை அடைவார்கள்.
19. நீரிலிருந்தும் பூமியுடைய ரசமான அம்சத்திலிருந்தும் ப்ருமாண்டம் உண்டாயிற்று. எல்லாவற்றுக்கும் மேன்மையாக உலகத்தை கட்டமைக்க விஸ்வகர்மாவக தோன்றினார். அப்படிப்பட்ட விராட புருஷனனின் ரூபம் எங்குமாக வியாபித்தது. அந்த புருஷரின் விஸ்வரூபம் சிருஷ்டியின் தொடக்கத்தில் உண்டாயிற்று.
20. சூரியனைப் போல ஒளி கொண்டவரான, இருளுக்கு அப்பார்பட்டவரான, அந்த மஹிமை கொண்ட அந்த புருஷனை நான் அறிவேன். அவரை பரம புருஷராக அறிபவன், முக்தன் என்று இப்பிறவிலேயே ஆகிறான். இதைத் தவிர மோக்ஷத்திற்கு வேறு வழி இல்லை.
21. பிரஜாபதியான பரம புருஷன் பிரபஞ்சத்தின் உள்ளே வசிக்கிறார். பிறக்காமலே பலவிதமாக தோன்றுகிறார் (நாம் கர்மத்தினால் மீண்டும் மீண்டும் பிறக்கிறோம். புருஷன் சங்கல்பத்தினால் அவதாரம் செய்கிறார், அதை பிறப்பு என்று எடுத்துக் கொள்ள முடியாது). அவருடைய உண்மையான ஸ்வரூபத்தை புத்திமானகள் அறிகிறார்கள். சிருஷ்டியை செய்பவர்கள், மரீசி முதலிய ஞானிகளுடைய பதவியை விரும்புகிறார்கள்.
22. யார் தேவர்களிடம் தெய்வதன்மை விளங்கும்படி பிரகாசிக்கிறாரோ, யார் தேவர்களுக்கெல்லாம் புரோஹிதரான பிருஹஸதியாக

இருக்கிறாரோ, யார் தேவர்களுக்கு முன்னதாக தோன்றியவரோ, அந்த ஸ்வய பிரகாசமான பரப்ரும்மதிற்கு நமஸ்காரம்.

23. ப்ரும்ம நாட்டமுடையவன் புருஷனை இவ்வாறு அறிவாயானேயானால் அவனுக்கு தேவர்கள் வசமாக இருப்பார்கள் என்று பரப்ரும்மதின் ஞானத்தை பரப்புவர்களான தேவர்கள் ஆதியில் சொன்னார்கள்.

24. புருஷனுக்கு பூமி தேவியும் லக்ஷ்மி தேவியும் பத்தினிகள். பகலும் இரவும் பக்கங்கள். நட்சத்திர மண்டலம் திருஉருவம். அஸ்வினி தேவர்கள் அவரின் மலர்ந்த திருவாய்.

25. நாங்கள் விரும்பும் ஞானத்தை கொடுத்தருளும். உலக இன்பங்களை கொடுத்தருளும். எல்லாவற்றையும் கொடுத்தருளும்.

www.ingramcontent.com/pod-product-compliance
Lightning Source LLC
LaVergne TN
LVHW041710060526
838201LV00043B/658
* 9 7 9 8 8 8 6 6 7 1 2 8 5 *